ĐI TÌM
HẠNH PHÚC
ĐÍCH THỰC

Tác Giả:
Van Nam Kim

NHÂN ẢNH PUBLISHER 2025

ISBN: 979-8-3496-6414-4

Sự cống hiến

Gửi đến tất cả những người đang tìm kiếm hạnh phúc đích thực, mong rằng tác phẩm này sẽ truyền cảm hứng và dẫn dắt bạn trên hành trình của mình.

Lời cảm ơn

Tôi xin bày tỏ lòng biết ơn sâu sắc nhất đến tất cả những người đã ủng hộ việc biên soạn cuốn sách này. Xin cảm ơn gia đình và bạn bè đã động viên; xin cảm ơn những người thầy, người cô đã cho tôi sự thông thái; và xin cảm ơn tất cả độc giả đã cho phép những dòng chữ này trở thành một phần trong hành trình tìm kiếm hạnh phúc đích thực của cuộc đời bạn.

Mục lục

Giới thiệu

Làm thế nào tôi có thể tìm thấy hạnh phúc đích thực? Mỗi người chúng ta, khi sống trên đời, thường trải qua những thăng trầm, mãn nguyện và buồn bã, thành công và thất bại. Vậy nên, chắc hẳn sẽ có lúc ta dừng lại một chút để tự hỏi: Mục tiêu cuộc đời mình hiện tại là gì? Hạnh phúc có phải là điều mình hằng tìm kiếm nhất? Liệu mình có thể trở thành một người tốt hơn và hạnh phúc hơn không? Mục đích dài hạn của mình là gì? Nếu muốn sống trong hạnh phúc đích thực, liệu mình có nên giúp đỡ người khác đạt được mục tiêu đó không?

Có thể có nhiều cách khác nhau để tìm kiếm hạnh phúc, nhưng liệu tất cả chúng có thực sự dẫn đến hạnh phúc đích thực, và liệu tất cả chúng có thực tế đối với hầu hết mọi người không? Thánh Phaolô dạy mọi người cách tìm kiếm hạnh phúc đích thực khi ngài nói: "Nước Thiên Chúa không phải là chuyện ăn uống, nhưng là công lý, bình an và niềm vui do Chúa Thánh Thần ban tặng" (Rm 14:17). Các nhà xã hội học, triết gia, thần học gia, tâm lý gia, nhà giáo dục và chính trị gia đã cố gắng nhấn mạnh vào một số yếu tố cần thiết để đạt được hạnh phúc đích thực. Một số đề xuất nhấn mạnh đến sự giàu có về vật chất hoặc danh tiếng trong xã hội; những đề xuất khác nhấn mạnh đến bằng cấp giáo dục cao hơn hoặc thành công trong kinh doanh và nghề nghiệp; một số khác nữa lại nhấn mạnh đến quyền lực, hệ tư tưởng hoặc tài năng. Cuốn sách này đề xuất một phương pháp mà mọi người có thể thực hành trong cuộc sống để tìm thấy hạnh phúc đích thực, nhấn mạnh sự trưởng thành của con người là yếu tố cần thiết để làm cho một người thực sự hạnh phúc.

Có thể đúng là tiền bạc và sự tôn trọng xã hội là hai điều kiện và yếu tố quan trọng nhất góp phần tạo nên hạnh phúc của một số người. Tuy nhiên, nhiều người có thành tựu tài chính và xã hội cao có thể không thực sự hạnh phúc. Ngược lại, nhiều người dù nghèo khó, không có bằng cấp cao hay danh tiếng trong xã hội vẫn hạnh phúc. Liệu có một phương pháp chung nào cho cả người nghèo, người giàu, người nổi tiếng và người bình thường để tìm thấy hạnh phúc đích thực? Vâng, cuốn sách này có câu trả lời. Một khi đã đạt được sự hình thành nhân cách trọn vẹn, một người có thể hạnh phúc với chính mình, bất kể giàu nghèo, trình độ học vấn cao hay thấp, danh vọng hay không có thành tựu đáng kể trong xã hội. Với sự hình thành nhân cách trọn vẹn, người đó đã trang bị cho mình những điều kiện tiên quyết cho một cuộc sống hạnh phúc thực sự. Đây là yếu tố nội tại cần thiết cho sự mãn nguyện, trong khi các yếu tố khác, chẳng hạn như công việc, của cải vật chất, danh vọng, quyền lực, tài năng và thành tựu, là những yếu tố bên ngoài. Các yếu tố bên ngoài có thể góp phần tạo nên sự mãn nguyện, nhưng chúng cần đi kèm với sự phát triển nhân cách trưởng thành được dự kiến cho một người đang tìm kiếm hạnh phúc đích thực.

Mục tiêu của cuốn sách này là trình bày một phương pháp hiệu quả để đạt được những điều kiện cơ bản cần thiết cho hạnh phúc đích thực. Chúng tôi tin rằng người giàu có thể hạnh phúc, và người nghèo cũng vậy. Tất cả mọi người thuộc mọi tầng lớp xã hội đều có thể tìm thấy hạnh phúc đích thực khi họ phát triển nhân tính trong chính mình thông qua việc hiểu biết và thực hành các đức tính. Chúng tôi hy vọng rằng độc giả sẽ học cách hiểu biết và thực hành các đức tính để trở nên những con người trưởng thành và đạt được hạnh phúc đích thực trong cuộc sống hiện tại (xem Thomas Aquinas, *Summa Theologica*, Ia. IIae , Q. 5, A. 7; Q.62, A.1).

CHƯƠNG MỘT

Sự Đào Tạo Nhân Bản

Sự đào tạo nhân bản là gì ?

Sự đào tạo nhân bản là một tiến trình làm cho một con người trở nên trưởng thành để có khả năng sống một cuộc sống vì lợi ích tốt đẹp của bản thân và những người khác trong xã hội. Mục tiêu của sự hình thành con người là đào tạo một con người để người đó có thể có những cảm xúc tích cực và cách cư xử tốt nhất có thể. Sự đào tạo nhân bản là điều cần thiết cho hạnh phúc. Nó mang lại cho một người khả năng ứng xử phù hợp với người khác và quản lý mọi tình huống khó khăn hoặc thuận lợi. Với mục tiêu trở thành một con người trưởng thành, một người phải phát triển theo độ tuổi của họ, cả về thể chất lẫn tinh thần. Anh ta cũng cần biết bản thân mình với những phẩm chất về nhận thức và hành vi. Anh ta phải có khả năng chấp nhận bản thân và mong muốn phát triển hơn nữa. Nói cách khác, sự hình thành con người có mục tiêu đào tạo một người phát triển thành một người hoàn thiện và có trách nhiệm thông qua việc nhìn nhận và hiểu biết bản thân, đồng thời ứng xử phù hợp với người khác và xử lý mọi hoàn cảnh thuận lợi hoặc khó khăn.

Có sự khác biệt giữa sự đào tạo nhân tính và tâm linh. Mặc dù có sự phân biệt rõ ràng giữa sự đào tạo tâm linh và đào tạo nhân bản, nhưng sự đào tạo tâm linh lại nâng cao sự hình thành con người. Về sự hình thành tâm linh, đối với những người theo một tôn giáo, họ cần thực hành tôn giáo của mình. Bằng cách tích cực tham gia vào tôn giáo, đời sống tâm linh của họ được hình thành. Sự hình thành tâm linh hướng dẫn một người hành xử theo giáo lý của tôn giáo đó. Một câu hỏi được đặt ra: Nếu một người đang theo tôn giáo nhưng lại không thực hành tôn giáo của mình, về mặt hình thành nhân tính, liệu anh ta có gây hại hay bất lợi cho bản thân mình không? Câu trả lời là có. Bởi vì anh ta không giữ lời hứa tôn giáo, anh ta gây ra xung đột nội tâm. Việc không giữ lời hứa tôn giáo gây ra xung đột ý thức trong chính anh ta, và xung đột này có thể cản trở sự hình thành nhân tính của anh ta bên ngoài môi trường tôn giáo. Hơn nữa, nếu không thực hành tôn giáo của chính mình, một người sẽ bỏ lỡ cơ hội học hỏi những khía cạnh hình thành nhân tính mà các tôn giáo dạy. Tất cả các tôn giáo lớn, bao gồm Nho Giáo, Đạo Giáo, Hồi giáo, Phật giáo, Do Thái giáo, Ấn Độ giáo và Kitô giáo, đều đưa ra những lời dạy tốt đẹp về hành vi của con người như sự tự chủ và làm việc thiện cho người khác. Vì vậy, bằng cách tham gia vào tôn giáo của mình, một người sẽ tăng cường nỗ lực để đạt được sự hình thành nhân tính của mình.

Sự đào tạo nhân bản giúp phát triển nhân của mọi người, dù có hay không theo một tôn giáo nào. Một người không theo bất kỳ tôn giáo nào vẫn có thể phát triển sự hình thành nhân cách của mình thông qua trường học hoặc nơi làm việc; đây là điều lý tưởng. Tuy nhiên, rất thường xuyên những nơi và tổ chức này không quan tâm đến việc hình thành nhân cách. Trường học có mục đích giảng dạy kiến thức khoa học, nhưng không có mục đích đào tạo nhân cách. Nó không cung cấp một chương trình cụ thể đào tạo nhân bản. Nơi làm việc tập trung vào việc làm và lợi nhuận kinh tế, chứ không phải đào tạo nhân cách.

Tuy nhiên, con người có thể học hỏi và hình thành bản thân trong cuộc sống hàng ngày thông qua trải nghiệm và quan sát. Sự hình thành nhân cách có thể diễn ra bên ngoài phạm vi và hoạt động của tôn giáo hay chương trình giảng dạy. Ngoài trường học hoặc nơi làm việc, con người có thể tự học về sự hình thành nhân cách. Tuy nhiên, đây là một phương pháp tiếp cận thiếu hệ thống. Chúng ta cũng có thể tìm hiểu về sự hình thành nhân bản bằng cách đọc sách về chủ đề này hoặc lắng nghe kinh nghiệm của những người đi trước.

Luật dân sự có thể hỗ trợ hiệu quả nhất cho việc hình thành nhân cách. Bởi vì mọi người đều sợ bị trừng phạt do vi phạm pháp luật, khi chính phủ đã thiết lập một hệ thống luật pháp để duy trì trật tự xã hội. Bằng cách tránh bị trừng phạt, công dân học cách tuân thủ luật pháp, gián tiếp thúc đẩy những hành vi tốt đẹp của con người, đặc biệt là trong quan hệ giữa người với người và công lý. Tuy nhiên, một câu hỏi được đặt ra: Liệu luật dân sự có đủ đóng góp để hình thành nên những con người tốt? Khi luật dân sự không được tuân giữ và con người thành công trong việc trốn tránh luật pháp, hiệu ứng ngược sẽ xảy ra: con người trở nên tồi tệ hơn, và lương tâm và hành vi của họ không được hình thành đúng đắn.

Việc mong đợi chính quyền dân sự thiết lập một chương trình đào tạo nhân bản song song tại trường học là đúng đắn. Nhưng kỳ vọng này đã không được đáp ứng. Các trường học của các xứ đạo có thể cung cấp các chương trình đào tạo nhân bản. Tuy nhiên, học phí của các trường nhà thờ này quá cao, và không phải ai muốn theo học cũng đủ khả năng chi trả, trong khi chính phủ lại không cấp phiếu học phí cho các trường nhà thờ.

Truyền thống, vốn là tập quán văn hóa của một nhóm người, cũng ảnh hưởng đến hành vi của con người. Xét về mặt văn hóa, truyền thống bao gồm cả mặt tích cực và tiêu cực. Do đó, chỉ có những mặt tích cực mới đóng góp xây dựng cho sự hình thành nhân cách. Tuy nhiên, những mặt nào là tích cực? Cần có người chỉ ra những mặt tích cực để được bảo tồn và thực hành, còn những mặt tiêu cực thì nên loại bỏ. Khi một người tuân theo và thực hành những yếu tố tiêu cực truyền thống, sự hình thành nhân cách của họ sẽ bị cản trở, và đôi khi đi chệch hướng.

Mặc dù các chương trình đào tạo nhân bản không tồn tại ở mọi nơi như mong đợi, nhưng con người được đào tạo đúng đắn có thể hiện diện ở mọi tầng lớp xã hội. Những người đã được đào tạo tốt có thể ảnh hưởng đến người khác, đặc biệt là con cái và cháu chắt của họ. Do đó, đời sống gia đình đóng một vai trò quan trọng trong việc hình thành con người. Truyền thống gia đình hình thành nên những thành viên mới và trẻ tuổi trong gia đình. Những người lớn tuổi tốt lành trong gia đình dạy dỗ những thành viên trẻ tuổi hơn một cách trực tiếp hoặc gián tiếp về cách sống của họ. Các thành viên trong gia đình họ hàng cũng ảnh hưởng lẫn nhau trong hành vi của họ. Thật vậy, chúng ta có thể thấy những người anh em họ trong một gia đình mở rộng có cùng cách cư xử tốt hoặc xấu. Từ quan sát này, chúng ta có thể nói rằng truyền thống gia đình có thể đóng một vai trò cực kỳ quan trọng trong việc hình thành con người. Truyền thống gia đình của mỗi gia đình mở rộng có thể bao gồm cả những khía cạnh hoàn hảo và chưa hoàn hảo. Những khía cạnh chưa hoàn hảo cần được cải thiện. Những người lãnh đạo, thường là những người lớn tuổi, trong mỗi gia đình mở rộng cần xác định những khía cạnh khiếm khuyết này và chỉ ra cho tất cả các thành viên. Kịch bản tồi tệ nhất là không có người lãnh đạo nào trong một số gia đình mở rộng, và điều này dẫn đến việc thiếu hụt sự đào tạo con người trong những gia đình đó.

Chúng ta đều nhận thấy rằng có quá nhiều hành vi phạm pháp ở một số quốc gia. Cướp bóc và giết người là những tội nghiêm trọng, nhưng tại sao một số người lại sử dụng bạo lực để cướp và giết người? Có phải do thiếu sự giáo dục về nhân tính? Những kẻ phạm tội này gây ra thiệt hại lớn cho người khác, đôi khi thậm chí phải trả giá bằng mạng sống của chính họ. Những tên tội phạm này không quan tâm đến người khác, mà chỉ quan tâm đến bản thân họ. Họ không được giáo dục theo cách sống đúng đắn; nói cách khác, họ thiếu sự giáo dục về nhân tính. Những tội phạm nhẹ hơn như trộm vặt và phá phách cũng là hậu quả của việc thiếu sự giáo dục về nhân tính. Vẽ bậy và đập phá cũng thể hiện sự thiếu tôn trọng và gây tổn hại cho người khác. Khi một người được giáo dục tốt hoặc được giáo dục về nhân tính, họ sẽ tránh gây tổn hại cho người khác.

Ở một số quốc gia, chương trình học thuật tại trường Trung học Phổ thông bao gồm các môn học về đạo đức và triết học, rất hữu ích trong việc hình thành những cá nhân tốt, trưởng thành cho học sinh trẻ. Nhưng ở trường cao đẳng và đại học, nếu học sinh chọn các môn học khác làm chuyên ngành và bỏ qua các môn triết học và đạo đức, thì quá trình hình thành nhân cách của họ sẽ bị dừng lại hoặc chậm lại ở cấp đại học.

Ở nhiều quốc gia khác, chương trình học thuật ở trường Trung học Phổ thông hoàn toàn không bao gồm đạo đức hoặc triết học. Trong trường hợp này, học sinh không bao giờ có cơ hội học một cách có hệ thống chương trình hình thành nhân cách được tăng cường bởi hai môn học triết học và đạo đức này. Đây là một tình trạng đáng tiếc trong chương trình giáo dục. Làm thế nào để bù đắp cho việc thiếu các môn học về đạo đức và triết học ở cấp Trung học Phổ thông và Cao đẳng, cũng như việc thiếu một truyền thống gia đình tốt đẹp? Giáo dục tôn giáo có thể lấp đầy khoảng trống này nếu những người trẻ tuổi thực hành tôn giáo của họ và tham gia các lớp học giáo dục tôn giáo.

Con người cần được đào tạo nhân bản. Chúng ta không thể nói rằng các nhà lãnh đạo đã tốt và họ đã là những con người hoàn thiện. Ngược lại, chúng ta nên nói rằng tất cả mọi người, bao gồm cả tổng thống, nhà vua, giám mục, linh mục, chính trị gia, tất cả các nhà lãnh đạo, giáo dân và công dân, đều cần được đào tạo nhân bản liên tục. Chúng ta nên thừa nhận rằng các trường đại học ở Mỹ và trên thế giới cần một khóa đào tạo nhân bản trong chương trình giảng dạy. Đào tạo nhân bản nghĩa là một chương trình giúp hình thành con người để mỗi người có thể trở nên tốt và hoàn thiện hơn. Một người có phẩm chất đào tạo nhân bản mạnh mẽ sẽ có thể hành động và nói lời đúng đắn và chính xác. Tất cả chúng ta đều cần được đào tạo nhân bản mỗi ngày cho đến ngày chúng ta chết, và chúng ta cần một khóa học và chương trình cụ thể về chủ đề này trong xã hội ngày nay. Chương trình đào tạo nhân bản mang đến cho chúng ta những đức tính mà mỗi người cần có được. Chương trình này cung cấp cho con người những hành vi và tính cách tốt.

Cuốn sách này khám phá bảy đức tính mà giáo dục tôn giáo thường đưa vào chương trình giảng dạy, giúp ích rất nhiều cho việc hình thành nhân cách. Trên thực tế, luật dân sự và các chương trình của trường học phổ thông cũng vô tình bao gồm bảy đức tính này. Nếu một người nghiên cứu bảy đức tính này, họ sẽ có thể tuân thủ dễ dàng hơn các nghĩa vụ của luật nhà trường, luật dân sự và luật tôn giáo.

Các chiều kích của sự hình thành con người

Ba chiều kích hình thành con người bao gồm tự nhận thức, tự chấp nhận và tự hiến tặng. Ba chiều kích này đã tồn tại ở một mức độ nào đó trong mỗi người, và tất cả đều cần được phát triển hàng ngày thông qua giáo dục và đào tạo.

Tự nhận thức là khả năng nhận ra mình là ai. Những giá trị, tài năng và khuyết điểm được thừa nhận. Bằng cách này, một người có thể giữ lại những gì tốt đẹp, loại bỏ những gì xấu xa và phát triển những gì còn tiềm năng. Nói cách khác, tự nhận thức bao gồm tất cả tiềm năng của bản thân. Tiềm năng đó bao gồm các giá trị, hoàn cảnh, di sản, ước mơ, dự án, truyền thống gia đình, sự hỗ trợ của cộng đồng, tài nguyên thiên nhiên và quốc gia, v.v.

Theo khoa học truyền thống, chúng ta thường đồng nhất một người với những gì anh ta có ở hiện tại. Nhưng nếu chúng ta xem xét thực tế từ quan điểm của hy vọng, chúng ta nên suy xét rằng khoảnh khắc của hiện tại di chuyển ngay từ hiện tại vào quá khứ, và khoảnh khắc của tương lai gần trở thành thời điểm của hiện tại trong một tích tắc. Do đó, việc nhận ra một người nên chiếu vào tương lai xa. Điều đó không có nghĩa là yếu tố của quá khứ bị loại bỏ. Ngược lại, tất cả các thành phần góp phần vào toàn phần của một người. Tự nhận thức thừa nhận tất cả các phẩm chất của một người, và nó không dừng lại ở đó. Nó nhận ra tiềm năng của những phẩm chất này khi chúng tiếp tục phát triển trong tương lai gần và xa. Nói cách khác, tự nhận thức là kiến thức về bản thân ở hiện tại và tương lai dự kiến.

Để tự nhận thức được bản thân, cần phải tự xem xét quá khứ, hiện tại và tương lai, xem xét bất kỳ yếu tố nào góp phần tạo nên con người hiện sinh. Sẽ rất hữu ích nếu một người được đào tạo hoặc hướng dẫn trong quá trình này, đặc biệt là những người phụ trách các chương trình giáo dục. Cha mẹ cũng là những công cụ tuyệt vời trong nỗ lực này.

Chấp nhận bản thân là khả năng tự tin. Tự tin không có nghĩa là tự mãn với những gì mình đang có, mà là biết ơn những gì mình đang có và đồng thời tự tin đạt được những gì mình còn thiếu. Tự mãn là một trở ngại trên hành trình hướng tới tương lai cũng như sự hoàn thiện và phát triển của một người. Chấp nhận bản thân được thể hiện qua lòng biết ơn và sự trân trọng những điều thiết yếu trong cuộc sống; nếu không có chúng, một người sẽ không thể giữ lại những điều tốt đẹp cho riêng mình.

Trong quá trình tự chấp nhận, một người sẽ nhận ra những gì mình còn thiếu sót. Việc nhận ra những gì mình không có khả năng đạt được cũng là điều không thể thiếu. Nếu một người khao khát những gì mình không có khả năng đạt được, người đó đang sống trong ảo tưởng. Do đó, một người cần nhận ra tiềm năng của mình để bảo vệ bản thân một cách tương xứng với sự phát triển trong tương lai.

Chấp nhận bản thân cũng bao gồm việc chấp nhận gia đình mình với truyền thống và sự phong phú của nó. Mỗi truyền thống và văn hóa gia đình đều độc đáo, và có những giá trị riêng, thường khác biệt với các nền văn hóa khác. Tôi cần khẳng định rằng đôi khi người ở các nền văn hóa khác có thể không tôn trọng hoặc coi thường truyền thống và văn hóa gia đình tôi, với những giá trị và sức hấp dẫn riêng, nhưng tôi vẫn nên rất vui và quý trọng văn hóa truyền thống của gia đình mình. Tuy nhiên, tôi cũng nên hiểu rằng không có nền văn hóa nào là hoàn hảo. Vì vậy, tôi nên sẵn sàng giúp cải thiện văn hóa gia đình mình, bao gồm cả những mặt tích cực và tiêu cực. Những mặt tiêu cực nên được loại bỏ; những mặt chưa hoàn hảo nên được cải thiện, và những mặt hoàn hảo nên được gìn giữ.

Tự hiến là sự rộng lượng hiến thân phục vụ tha nhân. Người ta chỉ có thể hiến thân cho tha nhân nếu trước hết họ sở hữu những phẩm chất cần thiết. Do đó, họ cần có sự đào luyện nhân bản trước khi có thể hiến thân làm quà tặng cho tha nhân. Nếu không hiến thân làm quà tặng cho tha nhân, họ chỉ sống cho bản thân và trở nên vô dụng trong thế gian. Thật vậy, thật vô nghĩa khi một người chỉ sống cho bản thân mình; người khác sẽ không nhận được bất kỳ điều tốt đẹp nào từ loại người này. Khi chúng ta nói rằng một người không thể sống một mình, chúng ta muốn nói rằng mỗi người không chỉ tồn tại cho chính mình, mà còn sống cho người khác. Chúa Giêsu Kitô đã nêu gương sáng về việc hiến thân làm quà tặng cho tha nhân. Ngài nói rằng mỗi người giống như một hạt lúa mì, phải bị bẻ ra và chết đi để sinh nhiều hoa trái. Một người không nên giữ gìn hay bảo vệ bản thân, nhưng hãy hiến thân cho tha nhân. "Ai tìm cách giữ gìn mạng sống mình thì sẽ mất; còn ai từ bỏ mạng sống mình thì sẽ cứu được mạng sống ấy" (Mt 16:25). Đối với Chúa Giêsu, sống nghĩa là chết cho người khác; và chúng ta cần chết từng giây từng phút mỗi ngày. Chết vì người khác nghĩa là chấp nhận hy sinh và chịu đau khổ. Con người giống như hạt lúa mì; nó phải chết đi mới sinh nhiều hoa trái. "Nếu hạt lúa mì không rơi xuống đất mà chết đi, thì nó vẫn trơ trọi một mình; nhưng nếu nó chết đi, nó mới sinh được nhiều hoa trái" (Gioan 12:24). Khi một hạt lúa mì được gieo xuống đất, nó sẽ tự vỡ ra, bén rễ xuống đất và trở thành một cây. Con người cũng phải bị vỡ ra như một hạt lúa mì, và bị vỡ ra thì rất đau đớn. Nếu một hạt lúa mì được bọc trong giấy bạc và cất giữ trong tủ, nó sẽ vẫn khô. Nếu một người giữ mình khỏi đau khổ vì người khác, anh ta sẽ vẫn không sinh hoa trái.

Sự lười biếng và ích kỷ là những trở ngại cho thái độ tự hiến này. Tự hiến được chuyển thành những hành động tốt, đòi hỏi sự hy sinh và nỗ lực. Sự lười biếng cám dỗ một người không dám hy sinh, và sự ích kỷ khiến người ta chỉ nghĩ và hành động vì bản thân. Đối với một người ích kỷ, việc làm một số điều tốt cho người khác đòi hỏi quá nhiều hy sinh, và họ không sẵn sàng thực hiện những nỗ lực như vậy.

Khi chúng ta nói rằng con người không phải là một hòn đảo, có nghĩa là không ai nên tự cô lập mình, mà nên sống trong một mối quan hệ tích cực với người khác. Mối quan hệ tích cực giữa hai người được thể hiện qua các hoạt động yêu thương, phục vụ và tha thứ. Tình yêu thúc đẩy một người chủ động tiếp cận người khác. Một người có tình yêu thương sẽ tìm cách làm những điều tốt đẹp cho người khác mà không cần bất kỳ điều kiện hay kỳ vọng nào được đáp lại. Kiểu người này sẽ để tình yêu thương truyền cảm hứng cho suy nghĩ và hành động của họ vì lợi ích của người khác. Họ sẽ ưu tiên người khác và coi bản thân mình là một người sống để phục vụ tha nhân.

Một người có tinh thần tự hiến cũng luôn luôn sẵn sàng phục vụ người khác. Nếu tôi là người tự hiến, tôi sẽ không từ chối bất kỳ yêu cầu giúp đỡ nào đến từ người khác, bất kể tôi phải chịu đựng bao nhiêu hy sinh hay đau khổ. Nếu tôi là người tự hiến, tôi sẽ tìm kiếm cơ hội để phục vụ những người đang cần giúp đỡ. Phục vụ là niềm vui và sức mạnh của tôi. Nhưng lý tưởng là một người phải tạo ra điều tốt đẹp cho người khác. Nếu không, anh ta sẽ vô dụng đối với nhân loại. Vì vậy, anh ta cũng phải học tinh thần rộng lượng; điều này có nghĩa là sống là sống cho người khác. Một người nên phục vụ người khác bằng tài năng và năng khiếu của mình. Anh ta có thể phát triển con người của chính mình, trang bị cho mình kiến thức và tài năng, và sau đó sử dụng những phẩm chất này để phục vụ tha nhân.

Tinh thần tự hiến thúc đẩy sự hòa giải giữa những người đang xung đột. Khi một người sống trong bất hòa hoặc xung đột với người khác, người đó đang gánh chịu gánh nặng của sự bất hạnh. Người đó cần làm hòa với người kia. Nhưng đôi khi việc tha thứ không dễ dàng. Một người có thể cảm thấy rằng nếu tôi tha thứ, mọi người có thể hiểu lầm rằng tôi đã phạm lỗi trong mối quan hệ của chúng tôi, và do đó, tôi cần tha thứ để giữ thể diện. Không sợ hiểu lầm, cũng không sợ xấu hổ hay mất mát, một cuộc giao hòa cần được thực hiện để có bình an và hạnh phúc.

Phẩm chất hình thành con người

Các phẩm chất hình thành nên con người bao gồm tự do, trung thực, bình an nội tâm, cân bằng cảm xúc, trưởng thành về mặt tình cảm, niềm vui, sự hào phóng, cởi mở, óc phán đoán, linh hoạt, kỹ năng giao tiếp giữa các cá nhân, tinh thần trách nhiệm, sáng kiến cá nhân, và khả năng quản lý tốt, v.v.

Tự do: Một người tự do với sự bình an nội tâm xua tan mọi xung đột trong lương tâm, ham muốn và hành động. Người ấy không bị cản trở và do đó sẵn sàng học hỏi và phát triển. Người ấy tách biệt khỏi mọi khuynh hướng thái quá; nhưng ngược lại, được dẫn dắt bởi những nguyên tắc đúng đắn. Người ấy đã học được cách phân biệt giữa những giá trị chân chính và giả dối, biết rõ hướng đi của cuộc đời mình, và những cám dỗ lệch lạc không thể nào đánh lừa được mình. Người ấy được tự do làm hay không làm, nói hay không nói. Trước khi hành động hay nói năng, người ấy phân định điều gì là đúng đắn và cần thiết. Quyết định của người ấy dựa trên việc hành động và lời nói được chọn lựa cẩn thận để có lợi cho cộng đồng và cho chính mình.

Trung thực: Trung thực tồn tại ở một người có lương tâm đạo đức phát triển. Người đó nói từ trái tim và khối óc của mình. Người đó nói sự thật, sự thật thể hiện những gì người đó thấy, nghĩ và tin. Người đó giữ lời hứa. Hành động, suy nghĩ và lời nói của người đó được thúc đẩy bởi lương tâm đạo đức đã được thiết lập trong con người của mình. Nhiều nhà lãnh đạo tôn giáo và dân sự nói rằng mỗi người nên hành động theo lương tâm của mình. Trong mùa bầu cử ở Hoa Kỳ, các nhà lãnh đạo Công giáo nói rằng người Công giáo nên bỏ phiếu theo lương tâm của họ. Đây là một giáo lý không hoàn hảo khi một người bỏ phiếu theo lương tâm của mình, nhưng lương tâm của người đó lại được hình thành sai lệch. Họ nên dạy rằng một người nên bỏ phiếu theo sự hướng dẫn của một lương tâm được hình thành đúng đắn. Để có được một lương tâm đạo đức được hình thành tốt, người ta phải nỗ lực học hỏi và thực hành những phẩm chất của sự hình thành con người.

Bình an nội tâm: Bình an nội tâm là kết quả của sự hài lòng với bản thân và những gì mình đang có. Xung đột nội tâm sẽ lấy đi sự bình an nội tâm và gây ra rắc rối hoặc sợ hãi. Để có được bình an nội tâm, người ta phải học cách hài lòng với một số khía cạnh và sự vật nhất định bên trong và xung quanh mình, đồng thời bác bỏ một số thành phần khác; người đó cũng phải biết giới hạn của nhu cầu và mong muốn của mình. Giới hạn hoặc sức mạnh thể chất và tinh thần của người đó đóng một vai trò quan trọng trong khả năng đạt được những gì mình mong muốn. Người ta phải tránh xung đột nội tâm, vốn là do ham muốn không chính đáng và không phù hợp gây ra. Bình an nội chỉ tồn tại trong một người khi người đó chỉ làm hoặc nói những gì phù hợp với công lý và sự thật. Với bình an nội tâm, bình an trong cuộc sống sẽ theo sau.

Cân bằng cảm xúc: Mỗi con người đều có những cảm xúc có thể thay đổi. Việc sở hữu sự cân bằng cảm xúc là điều thiết yếu. Một số người bẩm sinh đã có sự cân bằng cảm xúc; những người khác có được điều này thông qua giáo dục và rèn luyện. Cân bằng cảm xúc là nền tảng tự nhiên của sự bình tĩnh, không phải là quá xúc động. Nó là kết quả của kinh nghiệm, cho chúng ta biết rằng không có gì là tuyệt đối trên thế giới này, mà tất cả chỉ là tương đối. Một người cân bằng cảm xúc sẽ có thể bình tĩnh và không phản ứng thái quá trong mọi tình huống.

Sự trưởng thành về mặt tình cảm: Một người trưởng thành về mặt tình cảm được bồi đắp bởi cảm xúc, nhưng không bị chi phối bởi chúng. Nói cách khác, họ không bốc đồng, không bị áp lực bên ngoài chi phối. Họ mạnh mẽ trước thử thách và vận dụng nguyên tắc để xử lý mọi tình huống. Họ có khả năng đối phó với xung đột và căng thẳng. Một người trưởng thành sống hiệu quả giống như cây sậy giữa sa mạc gió lớn. Nó vẫn đứng vững, như cây tre vươn mình, không bị ngả gẫy theo chiều gió. Một người trưởng thành về mặt tình cảm không dễ dàng bị thuyết phục; những lời nịnh hót không lay chuyển họ. Họ tuân theo các nguyên tắc của sự chính trực.

Niềm vui: Một người vui vẻ mang niềm vui đến mọi nơi họ đến. Khuôn mặt họ rạng rỡ niềm vui, và thái độ của họ làm người khác hạnh phúc. Họ tác động tích cực đến tâm hồn, trái tim và cảm xúc của người khác. Hầu hết mọi người đều muốn ở bên một người vui vẻ. Chúa Giê-su Ki-tô, vào ngày Giáng sinh, mang niềm vui đến cho thế giới. Chúng ta có thể đón nhận niềm vui từ Chúa và chia sẻ niềm vui này với thế giới. Niềm vui không thể giữ riêng cho mình, mà phải được chia sẻ với những người khác trên thế giới.

Cảm Thức Lẽ Thường: Cảm thức lẽ thường là phẩm chất của một người có khả năng nhận biết các sự việc đơn giản nhất trong cuộc sống cộng đồng như là những lẽ thường. Khả năng này là do thành tích của khả năng phán đoán thực dụng; một kinh nghiệm từ quan sát thấy mọi người khác cũng có cảm thức như vậy. Đứng trước một hoàn cảnh hiển nhiên, một người có cảm thức lẽ thường sẽ nhận ra những như nhu cầu của người khác. Mọi người mong đợi người khác làm điều gì đó cho mình, và kỳ vọng này thường không được thể hiện rõ ràng và dứt khoát; tuy nhiên cảm thức lẽ thường sẽ giúp một người nhận ra sự mong đợi đó như là một điều hiển nhiên. Một cuộc sống hòa đồng và sự hiểu biết về văn hóa nơi những người hàng xóm trong một cộng đồng sẽ giúp chúng ta đạt được khả năng cảm thức lẽ thường. Một người không có cảm thức lẽ thường sẽ bị người khác coi là bất thường, kỳ quặc và khó ưa. Họ dường như chỉ sống cho bản thân và không hiểu biết hoặc quan tâm đến người khác. Một người có cảm thức lẽ thường được yêu mến và có nhiều cơ hội thành công hơn. Cảm thức lẽ thường là điều cần thiết cho thành công, đặc biệt đối với những người mới nhập cư.

Ý thức trách nhiệm: Một người có ý thức trách nhiệm sẽ chủ động thực hiện những gì được kỳ vọng ở họ. Anh ta không cần bất kỳ sự thúc đẩy nào từ người khác. Ý thức trách nhiệm bao gồm lợi ích cá nhân và lợi ích cộng đồng. Trước hết, mỗi người và không ai khác phải chịu trách nhiệm cho chính mình. Anh ta sẽ thất bại nếu không chịu trách nhiệm cho chính mình. Hơn nữa, một người cũng phải chịu trách nhiệmTcho người khác. Tùy thuộc vào từng nền văn hóa, việc ưu tiên cá nhân hay cộng đồng được ưu tiên. Nhưng trong mọi trường hợp, bất kỳ hành động nào cũng sẽ dẫn đến hậu quả cho cả người hành động và phần còn lại của cộng đồng. Cuối cùng, mỗi người được kỳ vọng sẽ làm việc không chỉ cho bản thân mà đặc biệt là cho cộng đồng. Điều này chỉ có thể thực hiện được nếu anh ta có ý thức cộng đồng. Để có được phẩm chất này, người ta cần phải hào phóng trong việc ưu tiên người khác.

Khả năng quản lý tốt: Người có thái độ đúng đắn đối với của cải vật chất là người quản lý tốt. Họ không tham lam hay keo kiệt. Họ có thể giàu hoặc nghèo, nhưng họ biết mình nên dành bao nhiêu thời gian để kiếm đủ tiền. Chúng ta đã nghe về những lợi ích của lối sống giản dị. Một lối sống giản dị là thành quả của một cuộc sống không bị tiền bạc và sự giàu có chi phối. Một người kiểm soát những gì họ sở hữu, và những gì họ sở hữu không kiểm soát họ. Nói cách khác, sự giàu có và tiền bạc là phương tiện cho một cuộc sống tốt đẹp; con người sử dụng chúng một cách tốt đẹp vì lợi ích của bản thân và người khác. Nhiều người đang dành quá nhiều thời gian và năng lượng để cố gắng kiếm tiền. Do đó, cuộc sống của họ trở nên mất cân bằng. Cho dù họ có tìm được số tiền họ muốn hay không, họ trở nên bất hạnh vì cuộc sống của họ mất cân bằng do thiếu các yếu tố khác, chẳng hạn như sức khỏe, giải trí, tình bạn và thời gian cho gia đình.

Kỹ năng giao tiếp: Một người có kỹ năng giao tiếp có khả năng làm việc với người khác một cách hợp tác và chuyên nghiệp. Một người dù đang đi học hay đi làm cũng nên có khả năng hợp tác với bạn cùng lớp hoặc đồng nghiệp. Để đạt được mục tiêu này, người ta phải từ bỏ lợi ích cá nhân và ưu tiên lợi ích chung của nhóm hoặc tổ chức. Người ta nên có khả năng lắng nghe và thấu hiểu người khác; biết rộng lượng với người khác và coi mình là một món quà cho người khác, và đón nhận người khác như một món quà cho chính mình.

Sự hiệp thông giữa người với người. Khi một người được trang bị món quà hiệp thông giữa người với người, họ sẽ có khả năng thiết lập và duy trì những tình bạn lành mạnh. Họ được trang bị khả năng thấu hiểu cảm xúc của người khác. Khả năng này có được là nhờ họ có tinh thần rộng lượng. Họ không phán xét hay lên án mà có sự đồng cảm chân thành với người khác. Lối sống này là biểu hiện của niềm vui và sự bình an nội tâm. Họ là người có lý trí, là sự phản ánh tự nhiên của khả năng ứng xử đúng đắn với người khác trong mọi hoàn cảnh khác nhau.

Lòng hào phóng: Lòng hào phóng không có nghĩa là người giàu giúp đỡ người nghèo hay cư dân địa phương giúp đỡ người nhập cư. Lòng hào phóng không nhất thiết phải bao gồm việc làm từ thiện với những khoản đóng góp lớn cho người nghèo. Lòng hào phóng là phẩm chất của một người có lòng vị tha. Khi một người vị tha, họ ưu tiên người khác và sẵn sàng hy sinh bản thân vì lợi ích của người khác. Khi một người có tinh thần và trái tim hào phóng, sẽ giúp đỡ người khác trong mọi hoàn cảnh; sẽ không phán xét người khác dựa trên khuyết điểm của họ, nhưng sẵn sàng bao dung và chấp nhận người khác với một trái tim rộng mở. Một người hào phóng là người đáng yêu, và nhiều người muốn kết giao với họ.

Cởi mở: Một người biết giao tiếp là người biết lắng nghe, thấu hiểu và biết người khác. Họ sẵn sàng giúp đỡ người khác. Người này có tinh thần rộng lượng và luôn sẵn sàng hy sinh bản thân, dành thời gian và nguồn lực khác cho người khác. Họ có thể gạt bỏ cảm giác khó chịu và sẵn sàng bước vào cuộc đối thoại chân thành và tình bạn sâu sắc. Họ coi mình là một món quà cho người khác. Họ cũng sẵn sàng đón nhận mọi người khác như là những con người yêu thương. Trong xã hội đa văn hóa ngày nay, người ta cần có khả năng đa văn hóa. Kỹ năng giao tiếp là chìa khóa cho thành công này. Khi một người cởi mở với các nền văn hóa khác, họ sẽ có thể tránh được định kiến và có khả năng cởi mở với sự đa dạng.

Linh hoạt: Một người thận trọng và sáng suốt có thể sống và làm việc hiệu quả với người khác. Anh ta có thể phân biệt được giá trị đúng và sai. Anh ta quan sát và phân tích tình huống tốt, đồng thời đưa ra những phản ứng phù hợp, vận dụng các giá trị và nguyên tắc đúng đắn. Một người không linh hoạt được gọi là cứng nhắc. Người cứng nhắc bị người khác coi là khó chịu. Mọi thứ theo quan điểm của anh ta đều phải theo ý mình, và anh ta không thể chấp nhận hay dung thứ cho những gì khác biệt. Ngược lại, một người linh hoạt đã tiếp thu được nhiều quan điểm khác nhau về từng vấn đề riêng lẻ và có khả năng áp dụng nhiều cách tiếp cận khác nhau. Do đó, việc tiếp thu kiến thức đa dạng là rất quan trọng để có thể nhìn nhận sự việc từ nhiều góc độ khác nhau và từ đó trở nên linh hoạt.

CHƯƠNG HAI

Đức hạnh nâng cao sự hình thành con người để đạt được hạnh phúc đích thực

Khi một người học tập và thực hành đức hạnh, sự hình thành nhân tính của họ sẽ được phát triển. Nói cách khác, để có được sự hình thành nhân tính, một người cần phải học tập đức hạnh một cách tuyệt đối. Mỗi con người và tất cả mọi người, bất kể họ sống ở tầng lớp xã hội nào, trong suốt cuộc đời, luôn tìm kiếm hạnh phúc. Nhưng làm thế nào để tìm thấy hạnh phúc? Đây là câu hỏi mà mỗi chúng ta đều muốn tìm câu trả lời. Câu trả lời ở đây là: Trong hành trình tìm kiếm hạnh phúc đích thực, một người cần đạt được sự hình thành nhân cách toàn diện, đó là điều kiện tiên quyết cho một cuộc sống hạnh phúc. Quá trình đạt được sự phát triển toàn diện của con người chính là trang bị cho mình những đức tính.

Nhiều tác giả, đặc biệt là thánh Tôma Aquinô, đã viết rất nhiều về các nhân đức. Tuy nhiên, họ thường thảo luận các vấn đề từ góc độ thần học bằng ngôn ngữ triết học. Do đó, không nhiều độc giả thường xuyên có thể đọc và hiểu được chúng. Với nhận xét này, chúng tôi muốn thảo luận về cùng chủ đề, nhưng với một mục tiêu khác, đó là giúp giáo dân dễ dàng hiểu được bản chất của bảy nhân đức và áp dụng chúng vào cuộc sống hằng ngày.

Mỗi con người sinh ra đều có tiềm năng. Họ tiếp tục phát triển tiềm năng và trưởng thành trong suốt cuộc đời trần thế. Họ được kêu gọi để đạt được sự viên mãn như mong đợi. Khi chúng ta khám phá tiềm năng trong chính mình và phát triển nó dưới sự thúc đẩy và hướng dẫn của bảy đức tính cơ bản, chúng ta sẽ trưởng thành trong quá trình hình thành nhân cách và đạt được kỳ vọng trọn vẹn, và do đó có triển vọng tốt đẹp tìm thấy hạnh phúc đích thực. Sự hình thành nhân cách trọn vẹn dựa trên bảy đức tính, đó là hy vọng, đức tin, đức ái, công lý, lòng dũng cảm, đức tiết độ và đức khôn ngoan. Khi một người tìm kiếm hạnh phúc, họ cần phát triển bảy đức tính này bên trong mình đến mức chúng trở thành bản chất và là một phần của con người họ. Chúng là những yếu tố cấu thành như điều kiện cần thiết cho sự phát triển tiềm năng của chúng ta, và chúng cũng giúp chúng ta xử lý thành công mọi tình huống trong cuộc sống, và do đó cho phép chúng ta đạt được mục tiêu trong cuộc sống và tìm thấy hạnh phúc đích thực.

Thật vậy, mục đích của cuộc sống là đạt được niềm vui trọn vẹn. Nhưng liệu những thứ bên ngoài, chẳng hạn như tiền bạc, danh vọng, quyền lực, nghề nghiệp, công việc, giải trí, v.v., có thể mang lại hạnh phúc cho chúng ta hay không? Những yếu tố bên ngoài này tự thân đã tốt đẹp nếu chúng ta biết sử dụng chúng một cách đúng đắn cho bản thân và người khác. Tuy nhiên, để tìm thấy hạnh phúc đích thực, điều đó còn phụ thuộc vào việc một người có những chiều kích nội tâm, được cấu thành bởi bảy đức tính hay không. Nếu một người thực hành bảy đức tính này đến mức chúng trở thành bản chất tự nhiên của con người mình, thì người đó đã đạt được kỳ vọng trọn vẹn nhất và có nhiều khả năng đạt được hạnh phúc đích thực.

Việc nhận ra những yếu tố bên ngoài có thể góp phần tạo nên hạnh phúc của một người là rất quan trọng. Tuy nhiên, điều cấp thiết hơn nữa là khẳng định tầm quan trọng tuyệt đối của những yếu tố bên trong, những yếu tố không thể thiếu cho hạnh phúc của mỗi người. Những yếu tố bên trong bao gồm những phẩm chất của bảy đức hạnh. Những yếu tố bên ngoài bao gồm tiền bạc, thành công xã hội, danh vọng, quyền lực, nghề nghiệp, công việc, giải trí và của cải vật chất khác. Hãy tưởng tượng một người có thể đạt được tất cả những yếu tố bên ngoài này nhưng không có bất kỳ yếu tố bên trong nào, thậm chí không đạt được một mức độ tối thiểu, thì làm sao người đó có thể thực sự hạnh phúc? Người đó sẽ không biết cách sử dụng những yếu tố bên ngoài vì lợi ích của bản thân và của người khác.

Đức hạnh giúp một người phát triển đúng tiềm năng, và khả năng biết sử dụng đúng đắn mọi điều tốt đẹp sẽ hỗ trợ cho sự phát triển bản chất con người. Con người cần liên tục thực hành những đức hạnh này để chúng trở thành thói quen trong cuộc sống. Chỉ khi những đức hạnh này trở thành thói quen, con người mới có thể đưa ra những lựa chọn đúng đắn trong mọi hoàn cảnh của cuộc sống hàng ngày, giúp họ tránh được những hối tiếc gây ra bất hạnh.

Bảy đức tính thiết yếu đối với một người vì chỉ có chúng, người đó mới có thể tiếp tục phát triển theo tiềm năng của mình. Những đức tính này giúp một người sống một cuộc sống tốt đẹp, có lợi cho bản thân và người khác. Một người chỉ có thể phát triển theo tiềm năng của mình nếu anh ta sống cuộc sống của mình với những đức tính này, những đức tính thiết yếu cho sự phát triển và hạnh phúc bên trong một người và cả trong mối quan hệ của anh ta với người khác. Cả thành công trong sự nghiệp và mối quan hệ của một người với người khác đều làm cho một người thực sự hạnh phúc. Nếu một người chỉ có được kiến thức và kinh nghiệm chuyên môn trong công việc của mình nhưng không có những đức tính cơ bản này, anh ta sẽ không hạnh phúc vì anh ta vẫn thiếu các kỹ năng giao tiếp. Hai yếu tố thiết yếu cần thiết để đạt được hạnh phúc thực sự là (1) sự trưởng thành trong sự hình thành nhân cách và (2) mối quan hệ tốt với vũ trụ và mọi người khác. Hai yếu tố này đạt được thông qua giáo dục và đào tạo.

Tất cả chúng ta đều cần trải qua giáo dục và tự rèn luyện để có được nhân cách ngay thẳng. Khi đã học và thực hành bảy nhân đức căn bản này, chúng ta sẽ biết chỉ làm điều thiện, và chúng ta thực hiện chúng một cách dễ dàng và tự nhiên, và kết quả là chúng ta sống trong hạnh phúc. Thật vậy, "những nhân đức con người đạt được nhờ giáo dục, nhờ những hành động có chủ đích và nhờ sự kiên trì không ngừng được đổi mới qua những nỗ lực lặp đi lặp lại… Với sự giúp đỡ của Thiên Chúa, chúng ta rèn luyện nhân cách để giúp dễ dàng thực hành điều thiện. Người có nhân đức vui mừng thực hành chúng" (GLCG 1810). Vì vậy, chúng ta nên học hỏi bảy đức tính này và thực hành chúng trong cuộc sống hàng ngày để chúng trở thành một phần tự nhiên trong con người của mình. Chúng ta cần có thói quen vận dụng chúng trong từng hoàn cảnh cụ thể, đặc biệt là trong những tình huống khó khăn và thử thách. Trong xã hội đa văn hóa ngày nay, rất nhiều người thuộc nhiều nền văn hóa khác nhau có thể tham gia vào một sự kiện cụ thể. Đây là lúc chúng ta cần biết cách phục vụ họ một cách thành công bằng cách cân nhắc đến quyền lợi của tất cả mọi người. Đây là lúc chúng ta cần sự dẫn dắt của đức hạnh để có thể lựa chọn hành động đúng đắn.

Những nhân đức này sẽ giúp chúng ta hành động tự nhiên và đúng đắn, theo sự hướng dẫn của lương tâm đạo đức và quyết định thiện chí. Thật vậy, "các nhân đức của con người là những thái độ kiên định, những khuynh hướng ổn định, và những sự hoàn thiện thường xuyên của trí tuệ và ý chí, những điều chi phối hành động, điều chỉnh các đam mê và hướng dẫn hành vi của chúng ta theo lý trí và đức tin. Chúng giúp chúng ta dễ dàng, tự chủ và vui mừng trong việc sống một cuộc sống đạo đức tốt đẹp. Người có nhân đức là người tự do thực hành điều thiện" (GLHTCG 1804). Khi chúng ta thực hành những đức tính này, chúng sẽ phát triển trong nhân cách chúng ta, và sự phát triển này là kết quả của việc thực hành. Những đức tính này càng phát triển trong chúng ta, chúng ta càng dễ dàng thực hiện những việc tốt đẹp. Nói cách khác, những đức tính này vừa là nguyên nhân vừa là kết quả của những hành động tốt.

Bảy đức tính dẫn dắt con người đi đúng hướng. Thực tế, một người có thể bị kéo theo hai hướng ngược nhau: hướng tích cực được thu hút bởi bảy đức tính này, và hướng tiêu cực bị kéo theo bởi những thói quen xấu, tệ nạn và ảnh hưởng xấu từ bên ngoài. Nếu một người không trang bị cho mình bảy đức tính mạnh mẽ, người đó sẽ dễ dàng đi lạc lối. Một khi chúng ta bắt đầu thực hành bảy đức tính này, chúng ta cần tiếp tục củng cố chúng hằng ngày; nếu không cố gắng, chúng sẽ tự giảm đi sức mạnh của mịnh. Bảy đức tính này là nền tảng để dẫn dắt chúng ta đi đúng hướng trong mọi tình huống của cuộc sống. Chúng cho chúng ta biết những lựa chọn luôn đúng. Ngược lại, nếu chúng ta thiếu chúng, chúng ta có thể đưa ra lựa chọn sai lầm và hành động theo cách có hại. Do đó, để có một cuộc sống tích cực, thành công và hạnh phúc, chúng ta cần thực hành những đức tính này đến mức chúng trở thành một phần bản chất thường trực của con người chúng ta.

Chúng tôi hy vọng rằng từ hôm nay, tất cả chúng ta sẽ bắt đầu học hỏi và thực hành bảy đức tính này, và một khi đã bắt đầu quá trình này, chúng ta sẽ tiếp tục gia tăng mức độ hiện diện của chúng trong nhân cách mình. Đức tính đầu tiên chúng ta sẽ học hỏi và thực hành là đức cậy; tiếp theo là đức tin, đức mến, đức công bằng, đức kiên cường, đức tiết độ và đức khôn ngoan.

CHƯƠNG BA
Hy Vọng

Hy vọng là gì?

Hy vọng là nguồn sống, len lỏi khắp mọi ngóc ngách trong con người, giúp thể xác, tâm hồn, trí óc và trái tim con người sống hòa hợp và mang lại hạnh phúc cho cuộc sống. Hy vọng (tiếng Hy Lạp: ελπίδα) giống như nhựa cây. Cây cối có nhựa chảy qua để truyền nguồn sống từ rễ đến mọi bộ phận của cành, lá, hoa và quả. Con người cũng có hy vọng, mang lại và duy trì sự sống ngày này qua ngày khác. Hy vọng dẫn dắt con người đến tương lai với những mục tiêu và giúp đạt được thành công cụ thể và hạnh phúc đích thực.

Người Kitô hữu hy vọng vào hạnh phúc vĩnh cửu trong Vương quốc Thiên Chúa, đồng thời cũng hy vọng vào sự tốt lành tạm thời, bởi vì Vương quốc Thiên Chúa đã hiện diện, và bao gồm tất cả những gì tốt đẹp. Theo truyền thống, theo giáo lý Công giáo, nhân đức hy vọng là đức cậy, như một nhân đức đối thần, được ban cho một người khi họ chịu phép rửa tội. Nhưng trong cuộc thảo luận này, chúng ta muốn nói về đức cậy như một ân sủng của Thiên Chúa khi

Ngài tạo dựng nên mỗi con người. Thiên Chúa, trong công trình sáng tạo của Ngài, đã gieo vào mỗi người niềm hy vọng để họ có thể hy vọng và khao khát những điều tốt đẹp. Vì vậy, những người chưa chịu phép rửa tội cũng có thể có niềm hy vọng.

Tất cả mọi người, bao gồm cả những người nói rằng họ hài lòng và hạnh phúc với cuộc sống hiện tại, thực ra đều mong muốn điều gì đó hơn thế nữa; họ hy vọng vào những mục tiêu và ước mơ xa hơn. Họ hy vọng nhiều hơn nữa, và họ sống trong hy vọng vì hai lý do: thứ nhất, theo bản chất con người, con người luôn mong muốn một cuộc sống tốt đẹp hơn; thứ hai, trên thực tế, điều kiện sống của mọi người, cũng như của toàn thể nhân loại, vẫn chưa hoàn hảo. Vì vậy, chúng ta muốn có một thế giới hoàn hảo hơn và một cuộc sống tốt đẹp hơn. Tuy nhiên, chúng ta không ngồi yên chờ đợi điều đó xảy ra. Với sự cam kết tích cực trong cuộc sống, chúng ta đang dẫn dắt thế giới hướng tới một thực thể tích cực và tốt đẹp hơn. Đây là sự ứng dụng và hiện thực hóa hy vọng trong cuộc sống hiện tại để đạt được một cuộc sống hoàn hảo trong tương lai, như chúng ta mơ ước. Hy vọng không có nghĩa là kỳ vọng nhàn rỗi, mà là sự tham gia tích cực vào hiện tại để hiện thực hóa trong tương lai những gì chúng ta mong muốn và mong đợi.

Ernst Bloch, một triết gia người Đức, trong cuốn sách nổi tiếng của ông Das Prinzip Hoffnung (Nguyên lý của hy vọng, ba tập, Cambridge, Massachusetts: Nhà xuất bản MIT, 1966), đề xuất các nguyên lý triết học sau: (1) Con người và thiên nhiên tiềm ẩn trong quá trình trở thành những sinh vật hoàn hảo. (2) Một người có thể đạt được mục tiêu cuối cùng của mình ngay trong lịch sử hiện tại. Để đạt được mục tiêu cuối cùng này, trước tiên anh ta cần đạt được một chuỗi các mục tiêu chuyển tiếp. Sau khi đạt được một mục tiêu trung gian trong cuộc đời, anh ta lại đặt ra cho mình một mục tiêu mới và quá trình đạt được và có được này tiếp tục vô tận. Nói cách khác, con người là một con người luôn trên hành trình vô định của mình với khát vọng, nỗ lực, ước mơ và hy vọng. (3) Người ta không cần phải chờ đợi một thế giới hoàn hảo ở phía bên kia thế giới, nhưng với cuộc cách mạng Marxist, họ có thể đạt được điều đó ngay trong lịch sử hiện tại này. Tất nhiên, chúng ta không chấp nhận cuộc cách mạng Marxist là phương tiện để đạt được một thế giới hoàn hảo. Ngược lại, để đạt được hạnh phúc trong một thế giới tốt đẹp hơn như mục tiêu của chúng ta, chúng ta chỉ cần tất cả mọi người phát triển tiềm năng của mình đến mức mong đợi và từ đó có một cuộc sống năng động và tích cực.

Một nhà thần học người Đức khác, Jürgen Moltmann, trong cuốn sách Theologies Hoffnung (Thần học Hy vọng, London: SCM Press, 1967), cũng đề xuất ba nguyên tắc thần học: (1) Con người không hài lòng với những gì mình đang có trong hiện tại; do đó, con người có hy vọng vào tương lai với một cuộc sống tốt đẹp hơn. (2) Con người và vũ trụ đang trở nên hoàn hảo theo thiết kế của Thiên Chúa. (3) Chúng ta không cần phải chờ đợi một thế giới hoàn hảo vượt ra ngoài lịch sử của chúng ta, nhưng chúng ta sẽ đạt được nó ngay trong lịch sử hiện tại. Để đạt được tương lai hoàn hảo, con người phải hành động ngay bây giờ với các sứ mệnh Kitô giáo.

Chúng ta có thể thấy rằng cả hai nhà triết học và thần học này đều nhấn mạnh đến hy vọng: Hy vọng về một tương lai tốt đẹp hơn bằng cách tham gia tích cực vào hiện tại thông qua 2 cách tiếp cận khác nhau (cách mạng theo triết học của Bloch và truyền giáo Kitô giáo theo thần học của Moltmann).

Theo quan điểm thần học của Jürgen Moltmann, niềm hy vọng của người Kitô giáo cũng dựa trên lời hứa của Chúa Giê-su Kitô, Đấng hứa ba điều quan trọng mà chỉ Ngài mới có thể thực hiện: sự phục sinh, sự cứu rỗi, và một cuộc sống hạnh phúc với Thiên Chúa. Chúng ta không chỉ mong muốn một cuộc sống hạnh phúc trên thế gian này, mà còn hy vọng chắc chắn sẽ nhận được sự sống hạnh phúc vĩnh cửu trong vương quốc của Thiên Chúa.

Vì vậy, chúng ta không nên sống thụ động mà không tham gia tích cực vào thế giới. Trái lại, chúng ta phải dấn thân khám phá những phương tiện và cơ hội để xây dựng xã hội tốt đẹp hơn và vun đắp những phẩm chất con người đến mức hoàn thiện. Mỗi người đều được kêu gọi đóng góp vào nỗ lực này, như Thánh Phaolô đã nói: "Ai không làm việc thì đừng ăn" (2 Thess 3:10). Chúng ta hãy sống cùng nhau; vì vậy, hãy cùng chung một ý chí và nỗ lực hết mình để tìm kiếm hạnh phúc cho nhau. Hãy khơi dậy niềm hy vọng để những ước mơ của chúng ta có thể thành hiện thực.

Niềm hy vọng được gieo vào trái tim mỗi con người, bất kể họ đang theo tôn giáo nào, ở vùng nào hay đang sống ở đâu. Tất cả mọi người thuộc mọi tôn giáo khác nhau đều có niềm hy vọng, và không ai nên ngồi yên chờ đợi hạnh phúc ở một thế giới tốt đẹp hơn, nhưng hãy hy vọng với sự mong đợi và hành động. Mọi người đều khao khát hạnh phúc từ bên trong vì Thiên Chúa muốn chia sẻ hạnh phúc của Người với họ. Thật vậy, "đức tính hy vọng đáp lại khát vọng hạnh phúc mà Thiên Chúa đã đặt để trong trái tim mỗi người" (GLCG 1818). Niềm hy vọng là điều thiết yếu trong cuộc sống của chúng ta vì nó thúc đẩy và hướng chúng ta đến vận mệnh của mình. Nó cung cấp cho chúng ta sự khao khát và nhiệt huyết trong hành trình hướng tới tiềm năng mong đợi của mình như Kinh Thánh đã nói: "Những ai hy vọng vào Chúa sẽ được thêm sức mạnh. Họ sẽ bay cao như đại bàng; họ sẽ chạy mà không mệt mỏi; họ sẽ đi mà không chùn bước" (Is 40:31). Chúng ta cần hy vọng trong từng khoảnh khắc của cuộc sống. Đặc biệt trong những lúc nghi ngờ và buồn chán. Đức cậy "giữ chúng ta khỏi nản lòng; nó nâng đỡ chúng ta trong những lúc bị bỏ rơi" (GLCG 1818). Trong những lúc khó khăn, mệt mỏi, hay thất vọng, chúng ta cần khơi dậy đức cậy để tiếp tục sứ mệnh và trách nhiệm của mình. Trong những lúc thử thách này, đức cậy tiếp thêm sức mạnh cho chúng ta, thúc đẩy chúng ta hướng tới mục tiêu và biến ước mơ thành hiện thực. Vì vậy, chúng ta cần rèn luyện bản thân bằng cách thực hành đức cậy, để đức cậy trở thành một phần trong tính cách tự nhiên của chúng ta. Bằng cách này, đức cậy luôn hoạt động trong chúng ta và sẵn sàng hỗ trợ chúng ta.

Chúng ta có thể thực hành hy vọng bằng cách nào? Hay nói cách khác: Có phương pháp nào để thực hành hy vọng không? Vâng, chúng ta cần học cách thực hành hy vọng. Để rèn luyện bản thân phát triển đức hy vọng và vận dụng nó trong cuộc sống hàng ngày, chúng ta nên thực hành những yếu tố sau đây (được bàn luận trong các trang kế tiếp):

Đặt mục tiêu

"Hy vọng" hàm ý mong đợi một điều gì đó tốt đẹp hoặc tích cực trong tương lai. Điều tốt đẹp và tích cực trong tương lai có thể là một mục tiêu mà chúng ta đặt ra cho một thời điểm cụ thể trong tương lai. Việc đặt ra mục tiêu cho cuộc sống rất quan trọng, nếu không chúng ta có thể sẽ không tìm thấy mục đích sống. Vì vậy, chúng ta cần luôn nhắc nhở bản thân mỗi ngày về những ước mơ và mục tiêu mà mình đang phấn đấu đạt được. Hãy tự tin rằng mình có khả năng đạt được cả những mục tiêu ngắn hạn lẫn dài hạn.

Chúng ta thường nghe một số người nói rằng họ cảm thấy cuộc sống không có mục đích; họ cảm thấy buồn chán; họ mất phương hướng, v.v. Tất cả những lời này chỉ là một cách khác để nói lên sự thật rằng họ không đặt ra mục tiêu nào để phấn đấu; họ không có mục tiêu ngắn hạn hay ước mơ dài hạn. Trẻ em luôn có những mục tiêu để đạt được trong khoảng thời gian một tuần, một tháng hoặc một năm. Các em cũng có những mục tiêu dài hạn hơn như tốt nghiệp Tiểu học, Trung học Phổ thông và Đại học. Người lớn tuổi đang đi làm cũng nên có những mục tiêu ngắn hạn và dài hạn trong cuộc sống.

Trẻ em có những mục tiêu ngắn hạn của mình và cha mẹ thường giúp chúng xác định những mục tiêu này. Ở tuổi mẫu giáo, chúng đặt mục tiêu biết bảng chữ cái và đếm số từ một đến một trăm. Trong suốt thời gian học tiểu học, chúng muốn đạt được trình độ lớp cao nhất theo năng lực trí tuệ của mình, chẳng hạn như điểm A hoặc B. Học sinh trung học thường tham gia các hoạt động ngoại khóa như âm nhạc hoặc thể thao, và các huấn luyện viên của chúng đặt ra mục tiêu cho chúng và thúc đẩy chúng đạt được những mục tiêu này. Về chương trình học, chúng có bài tập về nhà hàng tuần để hoàn thành, đó là những mục tiêu ngắn hạn. Chúng cũng có mục tiêu hằng năm dự kiến đạt được và một kỳ thi cuối năm cần hoàn thành để lên cấp độ cao hơn. Thông thường, chúng phải vượt qua kỳ thi tốt nghiệp trung học do Hội đồng Giáo dục khu vực hoặc quốc gia quy định. Đây là mục tiêu dài hạn được đặt ra để đạt được vào cuối trung học, mà mỗi học sinh năm nhất đã có. Vào cuối trung học, học sinh đã đặt ra mục tiêu cho bằng cấp đại học và sự nghiệp của mình. Trong thời gian học đại học, chúng cũng có những mục tiêu khác, chẳng hạn như trong các lĩnh vực xã hội, tài chính hoặc chính trị. Họ cũng có những ước mơ dài hạn, chẳng hạn như xây dựng gia đình riêng và đạt được sự an toàn tài chính ngay cả trước khi đến tuổi nghỉ hưu. Tất cả những mục tiêu và ước mơ ngắn hạn và dài hạn này giúp trẻ em và học sinh nhỏ tuổi có được sự hứng khởi trong cuộc sống hàng ngày.

Người trẻ luôn có những mục tiêu để phấn đấu trong khoảng thời gian một tuần, một tháng, một năm, hay vài năm. Nếu họ cảm nhận được những mục tiêu này trong tim, hướng đến đôi mắt và khao khát trong tâm trí, họ sẽ không còn cảm thấy buồn chán mà thay vào đó là sự phấn khích. Sự phấn khích và nhiệt huyết là những yếu tố thiết yếu trong cuộc sống. Với trải nghiệm này, người lớn tuổi nhận thấy rằng người trẻ có nhiều năng lượng hơn trong cuộc sống. Năng lượng trong cuộc sống không chỉ là năng lượng và sức mạnh thể chất, mà là sự hướng đến những thành tựu trong tương lai của các mục tiêu ngắn hạn và dài hạn.

Khi chúng ta dồn hết tâm trí, trái tim và khát vọng vào những mục tiêu trong cuộc sống, con người chúng ta, cả tâm hồn lẫn thể xác, sẽ sản sinh ra năng lượng và sự phấn khích. Ngược lại, nếu không có mục tiêu nào để đạt được, thể xác và tâm hồn chúng ta sẽ trở nên nhàn rỗi, và cuộc sống trở nên nhàm chán. Khi một người không có mục tiêu nào để đạt được, thể xác và tâm hồn họ sẽ không hoạt động và trở nên bất động, và cuộc sống của họ sẽ không còn năng lượng hay sự phấn khích mà trở nên vô nghĩa.

Người lớn tuổi, đã kết hôn và ổn định sự nghiệp, nên sáng tạo hơn trong việc đặt ra những mục tiêu và ước mơ mới trong cuộc sống. Đôi khi, họ dễ bị cám dỗ bởi sự tự mãn với cuộc sống của mình. Họ hài lòng với những gì họ kiếm được hàng tháng hoặc đang có, và họ không muốn nhiều hơn thế. Tác dụng phụ của sự tự mãn này là rất sớm họ sẽ cảm thấy như có một cuộc sống không có chuyển động. Nếu một cặp vợ chồng hài lòng với cuộc sống tài chính của họ, họ có thể và nên đặt ra mục tiêu bằng cách tham gia vào cộng đồng. Nếu họ có con nhỏ, thì mục tiêu của họ sẽ tập trung vào chúng. Tuy nhiên, nếu con cái họ đã trưởng thành, mục tiêu của họ có thể là phục vụ người khác trong xã hội. Đây không phải là một sức hấp dẫn và nguồn cảm hứng dễ dàng. Phục vụ người khác bên ngoài gia đình không phải là bản chất của con người. Nó thường đòi hỏi sự thúc đẩy từ tôn giáo. Tôn giáo giúp rèn luyện mọi người trở nên vị tha và quan tâm đến người khác.

Trong quá trình làm việc hướng tới mục tiêu, người ta cần phải kiên nhẫn và dự đoán. Kiên nhẫn là một khía cạnh của thời gian; cần có đủ thời gian để đạt được mục tiêu. Dự đoán là một phẩm chất của định hướng mục tiêu. Về tính kiên nhẫn, người ta cần dành đủ thời gian chứ không phải giới hạn thời gian. Mỗi dự án đều cần đủ thời gian. Tất nhiên, mọi dự án đều có thời hạn và chúng ta cần phải làm việc chăm chỉ để đáp ứng thời hạn đó. Dự đoán mục tiêu biểu thị sự háo hức đạt được mục tiêu đúng hạn. Việc nhắm tới mục tiêu trong tương lai sẽ giúp chúng ta có sự kiên nhẫn và dự đoán cùng một lúc, biết rằng việc hoàn thành mục tiêu sẽ đến trước thời hạn. Nếu một người chỉ có quan điểm về thời điểm hiện tại và mục đích hiện tại, anh ta sẽ không có dự phóng vào tương lai. Dự phóng vào tương lai hoặc hướng tới các mục tiêu trong tương lai giúp một người sẵn sàng dành đủ thời gian cho quá trình làm việc.

Bất kỳ dự án nào cũng cần một khoảng thời gian tối thiểu, và không có đường tắt nào cả. Do đó, chúng ta không thể ép buộc quá trình thực hiện một cách vội vã. Chúng ta phải dành đủ thời gian cho mỗi dự án và đủ thời gian cho mỗi ngày.

Chúa là sự giúp đỡ của tôi

Dù người thân và bạn bè của chúng ta có những giới hạn riêng, chúng ta vẫn có thể đặt hy vọng vào họ, và họ là nguồn động viên và giúp đỡ to lớn cho chúng ta. Tuy nhiên, chúng ta cũng nên nhìn nhận giới hạn của khả năng con người để có thể đặt hy vọng vào Chúa và cầu xin Ngài giúp đỡ. Khi chúng ta cảm thấy yếu đuối hoặc bất lực, đây chính là lúc chúng ta cần đến Chúa. Chúa sẵn sàng ban cho chúng ta những nguồn lực vô hạn; tại sao chúng ta lại không đặt hy vọng vào Ngài?

"Phước cho người nào tin cậy vào Thiên Chúa, lấy Thiên Chúa làm sự trông cậy mình" (Giê-rê-mi 17:7). Câu Kinh Thánh này cho chúng ta một sự khôn ngoan gồm hai khía cạnh. Thứ nhất, thật dại dột nếu chúng ta chỉ đặt hy vọng vào một người khác, dù là họ hàng hay bạn bè, bởi vì họ không thể hoàn toàn mạnh mẽ về cả phẩm chất lẫn số lượng. Thứ hai, chúng ta được phước nếu đặt hy vọng vào Thiên Chúa, Đấng luôn đáp ứng chúng ta trong mọi hoàn cảnh để làm chúng ta thỏa mãn cả về phẩm chất lẫn số lượng. Câu Kinh Thánh này không nói rằng chúng ta không nên đặt hy vọng vào người khác. Tuy nhiên, nó nói rằng chúng ta nên đặt hy vọng vào cả Thiên Chúa lẫn bạn bè, người thân, và điều thiết yếu là đặt hy vọng vào Thiên Chúa.

Chúa luôn sẵn sàng ban cho chúng ta điều chúng ta hy vọng, như Kinh Thánh chép: "Ôi, ước gì điều tôi cầu xin được thành, và Thiên Chúa ban cho điều tôi hy vọng" (Gióp 6:8). Chúa cũng biết rõ điều chúng ta thực sự cần. Đôi khi chúng ta cầu xin điều gì đó mà chúng ta tin là rất cần thiết cho mình, nhưng Chúa có thể biết rằng thực ra chúng ta không nên có nó. Mọi thứ trông có vẻ tốt đẹp, nhưng chúng có thể không hữu ích hay có lợi cho một người. Giống như một đứa trẻ muốn đi xe máy, nhưng người cha biết rằng con trai nhỏ của mình chưa cần đến nó.

Trên thế giới ngày nay, nhiều người không theo bất kỳ tôn giáo nào. Điều này có nghĩa là họ không có mối quan hệ mật thiết với Thiên Chúa, mặc dù họ có thể có một mức độ đức tin nhất định. Nếu không có mối quan hệ mật thiết với Thiên Chúa, họ sẽ không coi Ngài là nguồn cứu giúp. Khi gặp hoàn cảnh khó khăn, họ có thể tìm đến bạn bè và người thân, những người có thể giúp đỡ họ với nguồn lực hạn hẹp.

Nhiều người theo một tôn giáo nào đó, nhưng mức độ gắn kết còn thấp, nên tăng trưởng lòng cậy trông vào Thiên Chúa. Những người này thỉnh thoảng nhớ đến Chúa trong cuộc sống hàng ngày. Khi mọi việc suôn sẻ, họ quên mất Chúa. Khi gặp hoàn cảnh tuyệt vọng, họ có thể tìm đến Chúa với sự thiếu kiên nhẫn. Họ muốn nhận được ân huệ ngay lập tức. Nếu họ nhận được những gì họ mong đợi, rất nhanh chóng họ sẽ quên Chúa. Nhưng niềm hy vọng vào Chúa cần phải kiên định và bền vững, cả trong lúc thuận lợi lẫn khó khăn.

Chúng ta cần học cách đặt hy vọng nơi Chúa. Hy vọng không chỉ là nhận được ơn huệ, mà còn là để giúp chúng ta có một tương lai tươi sáng, giúp chúng ta cảm thấy lạc quan trong cuộc sống. Một tương lai không có động lực của hy vọng trong hiện tại là một tương lai vô định hướng hay năng lượng. Năng lượng và định hướng được tiếp thêm sức mạnh, bởi vì hy vọng nơi Chúa sẽ thúc đẩy một người hướng đến một tương lai tươi sáng hơn.

Đặt hy vọng nơi Chúa là điều không thể thiếu không chỉ khi chúng ta gặp khó khăn, mà còn vì chúng ta cần cầu xin Ngài hướng dẫn. Chúng ta được khuyên nên tìm con đường đúng đắn; do đó, "Hãy hết lòng tin cậy vào Thiên Chúa, chớ nương cậy nơi sự thông sáng của con; phàm trong các việc làm của con, khá nhận biết Ngài, thì Ngài sẽ chỉ dẫn các nẻo đường của con" (Châm ngôn 3:5-6). Chúng ta cũng đặt hy vọng nơi Chúa và đến với Ngài để nhận ân điển và phước lành của Ngài. Đây là lý do tại sao chúng ta cũng nên đến với Chúa khi chúng ta hạnh phúc và trong hoàn cảnh tốt đẹp. Những ai đến với Chúa trong lúc thuận lợi sẽ trải nghiệm rằng họ nhận được nhiều niềm vui, phước lành và ân điển hơn, và họ trở nên mạnh mẽ hơn trong đức tin, tình yêu và hy vọng của mình. Vì vậy, họ sẵn sàng xử lý mọi tình huống tốt đẹp, dù tốt hay xấu. Họ cảm thấy rằng họ càng có nhiều, họ càng nhận được nhiều hơn từ Chúa.

Những câu Kinh Thánh nổi tiếng nhất về sự cần thiết đặt hy vọng nơi Chúa là: "Thiên Chúa là Đấng chăn giữ tôi, tôi chẳng thiếu thốn gì. Ngài khiến tôi nằm nghỉ nơi đồng cỏ xanh tươi, dẫn tôi đến mé nước bình tịnh, bổ sức cho linh hồn tôi. Ngài dẫn tôi qua các nẻo ngay đường chính vì danh Ngài. Dù tôi bước qua thung lũng tối tăm, tôi sẽ chẳng sợ tai họa nào, vì Chúa ở cùng tôi; cây trượng và cây gậy của Ngài an ủi tôi" (Thi Thiên 21:14).

Tóm lại, có ba lý do tại sao Thiên Chúa là hy vọng của chúng ta: (a) khi chúng ta gặp khó khăn: "Thiên Chúa là nơi nương náu và sức mạnh của chúng ta, Ngài sẵn giúp đỡ trong cơn gian truân" (Thi Thiên 46:1); (b) khi chúng ta cần sự hướng dẫn của Ngài: "Thiên Chúa là ánh sáng và là sự cứu rỗi tôi: Tôi sẽ sợ ai? Đức Chúa là đồn lũy của mạng sống tôi: Tôi sẽ hãi hùng ai? (Thi Thiên 27:1). (c) Ngay cả khi chúng ta ở trong tình trạng tốt: "Nguyện Đức Chúa Trời của sự trông cậy làm cho anh em đầy dẫy mọi điều vui vẻ và bình an trong đức tin, hầu cho anh em bởi quyền phép của Chúa Thánh Linh được dư dật sự trông cậy" (Rô-ma 15:13).

Sự thờ ơ

Sự thờ ơ bao hàm hai nghĩa. Thứ nhất là sự thiếu quan tâm, hứng thú và nhiệt tình đối với một chủ đề hoặc tình huống cụ thể. Thứ hai là sự thiếu quan tâm và đồng cảm với người khác.

Theo ngụ ý đầu tiên, khi một người không quan tâm hoặc thiếu hứng thú và nhiệt huyết với bất kỳ tình huống hay sự kiện nào, người đó không có mong muốn tạo ra sự khác biệt hay cải thiện cho khu phố của mình. Người đó ngồi không! Điều này đi ngược lại nguyên lý hy vọng. Với tư duy và tấm lòng thờ ơ, một người từ chối cống hiến năng lượng, trí tuệ và kiến thức của mình để cải thiện môi trường sống; anh ta để người khác tham gia vào sự kiện, trong khi không muốn tham dự vào bất kỳ hoàn cảnh nào. Sự lười biếng là thái độ tồi tệ nhất bị hy vọng khinh miệt. Kiểu người này không giúp ích gì cho cộng đồng, và anh ta mang đến nỗi buồn và sự nhàm chán ở bất cứ nơi nào anh ta hiện diện.

Theo nghĩa thứ hai, sự thờ ơ là sự thiếu quan tâm và cảm thông với những người đang rất cần sự chăm sóc và giúp đỡ từ người khác. Sự thờ ơ là kết quả của tính ích kỷ. Sự ích kỷ là sự thỏa mãn hoàn toàn với việc đạt được của cải, địa vị và quyền lực của bản thân như là con đường dẫn đến hạnh phúc trọn vẹn. Người ta có thể lầm tưởng rằng mình đã đạt được hạnh phúc trọn vẹn vì có của cải, quyền lực và danh vọng, đó là tất cả những gì họ cần trong cuộc sống. Nhưng dĩ nhiên, người ấy đã sai. Chúng ta không nên cậy dựa vào sức riêng mà phải cậy dựa vào sự trợ giúp và ân sủng của Thiên Chúa; chúng ta cần đặt "niềm tin vào lời hứa của Chúa Kitô và cậy dựa không phải vào sức riêng, mà vào sự trợ giúp của ân sủng Chúa Thánh Thần" (GLHTCG 1817). Sự ích kỷ dẫn đến tính ích kỷ và coi thường Thiên Chúa và tha nhân. Ích kỷ là tinh thần thờ ơ với người khác khi họ đau khổ hoặc túng thiếu. Một ví dụ điển hình về sự thờ ơ là dụ ngôn La-da-rô và người giàu có:

"Có một người giàu kia, mặc toàn đồ tím và vải lụa mịn, ngày ngày sống xa hoa. Có một người ăn xin tên là Lazaro nằm trước cổng nhà người giàu, mình đầy ghẻ chốc, thèm được ăn những thứ rơi từ bàn của người giàu xuống. Ngay cả chó cũng đến liếm ghẻ chốc của người. "Đến lúc người ăn xin chết, các thiên thần đem người đến bên Áp-ra-ham. Người giàu cũng chết và được chôn cất. Trong âm phủ, nơi đang chịu cực hình, người giàu ngước mắt lên và thấy Áp-ra-ham ở đằng xa, có Lazaro bên cạnh. Vì vậy, người giàu kêu lên với ông rằng: 'Lạy tổ phụ Áp-ra-ham, xin thương xót tôi và sai Lazaro nhúng đầu ngón tay vào nước để làm mát lưỡi tôi, vì tôi đang phải chịu đau đớn trong ngọn lửa này . ' Nhưng Áp-ra-ham đáp: 'Hỡi con, hãy nhớ lại xem, lúc còn sống, con đã được hưởng những điều tốt lành, còn Lazaro thì gặp những điều bất hạnh. Bây giờ, anh ấy được an ủi ở đây, còn con thì phải chịu đau đớn. Hơn nữa, giữa chúng ta và các con đã có một vực thẳm lớn, đến nỗi những ai muốn từ đây sang các con không được, và từ đó sang chúng ta cũng không được.' (Lu-ca 16:19-25).

Người giàu tỏ ra thờ ơ với Lazaro, người ăn xin đói khát đang ngồi trước cửa nhà mình. Người giàu thỏa mãn trước nỗi đau khổ của người nghèo; ông ta phớt lờ nhu cầu chia sẻ thức ăn với Lazaro, người đang rất đói. Ông ta vô cảm trước tình huống mà sự bất công hiện rõ ràng một cách khách quan. Ông ta che đậy mọi phương tiện nhận thức của mình: mắt để nhìn, tai để nghe, ý thức để cảm nhận và trái tim để chia sẻ. Ông ta chỉ tập trung vào bản thân mình và tận hưởng sự giàu có một mình. Thế giới đối với ông ta chỉ bao gồm bản thân ông ta và sự giàu có của mình. Ông ta không có lòng trắc ẩn. Thánh Tê-rê-sa thành Calcutta nói: "Nếu bạn có lòng trắc ẩn, bạn sẽ có thể nhìn thấy người nghèo ở khắp mọi nơi trên đường phố". Người giàu không có lòng trắc ẩn với Lazaro, và do đó, ông ta không thể nhìn thấy người ăn xin đói khát này trước cửa nhà mình.

Hy vọng cộng đồng

Hy vọng là món quà Thiên Chúa ban cho toàn thể nhân loại. Thiên Chúa ban hy vọng không chỉ cho từng cá nhân mà đặc biệt là cho cộng đồng nhân loại. Kinh Thánh nói rằng Chúa là niềm hy vọng của dân Người (Gieremia 17:7; Tv 60:4). Do đó, chiều kích cộng đồng là trung tâm của niềm hy vọng của chúng ta. Niềm hy vọng cá nhân được hòa nhập vào niềm hy vọng của cộng đồng. Chúa Giêsu là Chúa toàn năng và đây là lý do cho niềm hy vọng của chúng ta như Thánh Phêrô đã nói: "Hãy tôn Đức Kitô là Chúa thánh hiến trong lòng anh em. Hãy luôn sẵn sàng trả lời cho bất cứ ai hỏi anh em về lý do của niềm hy vọng của anh em" (1 Pr 3:15). Do đó, tất cả các thành viên của Dân Người đặt niềm hy vọng của mình vào Thiên Chúa cho cộng đồng và cho mọi người. Mỗi thành viên đều có niềm hy vọng cho chính mình và cho cả cộng đồng nữa.

Mỗi người nên có một cảnh đẹp và một ước mơ cho riêng mình, và cho cả cộng đồng. Một số nhà tâm lý học và xã hội học cho rằng người phương Đông hướng đến cộng đồng nhiều hơn, trong khi người phương Tây có tính cá nhân cao hơn. Nhưng trên thực tế, người phương Tây cũng rất hướng đến cộng đồng. Ở phương Tây, khi các chính trị gia vận động tranh cử, họ luôn nói về cách cải thiện môi trường của cộng đồng. Khi xảy ra tội ác, mọi người cùng nhau đoàn kết thành một cộng đồng để cùng nhau thương tiếc. Khi thảm họa thiên nhiên xảy ra, các cá nhân sẽ cùng nhau tham gia xây dựng lại cộng đồng. Khi lớn lên, mọi người có nhiều mối quan hệ hơn và nhận được nhiều sự hỗ trợ hơn từ cộng đồng.

Những người trẻ tuổi không nên đợi đến khi lớn tuổi mới có được hy vọng cộng đồng; họ nên nhận được điều đó ngay từ khi còn nhỏ. Gánh nặng ở đây thuộc về các nhà giáo dục và những người chịu trách nhiệm trong hệ thống giáo dục để truyền cho những người trẻ niềm hy vọng cộng đồng.

Khi một người có ý thức về hy vọng cộng đồng, họ sẽ nhiệt tình xây dựng cộng đồng, bao gồm các khía cạnh tinh thần, xã hội, kinh tế, môi trường, y tế, v.v. Trước khi hành động, họ sẽ nghĩ đến lợi ích cho cộng đồng, đồng thời cũng nghĩ đến lợi ích của chính mình. Họ sẽ đảm bảo cộng đồng không bị tổn hại, ngay cả khi họ có thể đạt được lợi ích nào đó. Khi một người không có ý thức cộng đồng, họ chỉ nghĩ đến bản thân mình. Họ muốn đảm bảo rằng mình có thể kiếm được gì đó cho bản thân, nhưng lại không quan tâm đến bất kỳ thiệt hại nào mà cộng đồng có thể phải gánh chịu do hành động của mình.

Trong cuộc sống hàng ngày, chúng ta hy vọng vào hạnh phúc vĩnh cửu, đồng thời cũng hy vọng đạt được những điều tốt đẹp tạm thời, vốn là những mục tiêu trung gian của chúng ta. Những mục tiêu trung gian này cũng rất thiết yếu trong cuộc sống của chúng ta bởi vì chúng khuyến khích chúng ta hy vọng vào mục tiêu cuối cùng, đó là cuộc sống hạnh phúc và vĩnh cửu. Những mục tiêu trung gian gia tăng hạnh phúc để chúng ta có thể sống và thực hiện một cuộc sống năng động và hiệu quả hơn.

Hơn nữa, một người không chỉ giới hạn mối quan hệ của mình trong phạm vi họ hàng và bạn bè, mà còn với những người khác trong cùng một thị trấn và đất nước. Sự đóng góp của anh ta cũng có giá trị như bất kỳ người nào khác. Những người khác, nói chung, tin tưởng và hy vọng rằng mỗi người trong xã hội sẽ đóng góp cho phúc lợi của cộng đồng. Đây là nghĩa vụ của mỗi công dân của một quốc gia và một thành viên của xã hội. Nhu cầu tương trợ lẫn nhau được mở rộng vượt ra ngoài ranh giới của gia đình mở rộng. Ranh giới thực sự của các mối quan hệ giữa con người là ranh giới của toàn xã hội. Vì vậy, mỗi người cần phải hiểu rõ rằng cuộc sống và hy vọng của tôi là cuộc sống và hy vọng của toàn cộng đồng và xã hội. Hy vọng của họ là của tôi, và hy vọng của tôi là của họ.

Không ai sống một mình, mà sống cùng với những người khác. Chúng ta thuộc về một cộng đồng, sống vì nhau và cần nhau. Ước mơ và mục tiêu của mỗi người cũng hướng đến những người khác, đặc biệt là người thân và bạn bè. Khi một người rơi vào trầm cảm, thế giới dường như quá nhỏ bé và hạn hẹp trong chính họ. Mọi cánh cửa đều đóng chặt, và họ không muốn gặp gỡ bất kỳ ai. Họ đã cố gắng tự mình giải quyết vấn đề, nhưng không thành công. Họ tin rằng những người xung quanh không thể giúp họ bằng bất kỳ cách nào. Mọi người xung quanh đều vô dụng. Tầm nhìn của họ quá hạn hẹp, và họ không thể nhận ra rằng mọi người xung quanh cần họ và đặt hy vọng vào họ.

Đây là lời khuyên dành cho những người đang trải qua hoàn cảnh vô cùng khó khăn: Hãy nhớ rằng có rất nhiều người đặt hy vọng vào bạn. Nếu có lúc nào bạn muốn bỏ cuộc, hãy nghĩ đến những người này. Họ là cha mẹ, những người yêu thương bạn, đặt niềm tin và hy vọng vào bạn. Con cái bạn đặt hy vọng vào bạn, và họ cần bạn nhất trong cuộc đời. Anh chị em và bạn bè, những người cùng bạn tận hưởng cuộc sống; họ đặt niềm tin vào bạn và hy vọng vào bạn. Tất cả những người này đều tin rằng bạn sẽ thành công trong cuộc sống và bạn sẽ đóng một vai trò quan trọng trong cộng đồng và xã hội.

Vượt qua tuyệt vọng

Điều khó khăn nhất trong cuộc sống là khi một người mất đi hy vọng, và sự tuyệt vọng làm lu mờ tinh thần họ. Tuyệt vọng đồng nghĩa với sự vô vọng. Một người tuyệt vọng không thể nhận ra bất kỳ khía cạnh tích cực nào trong cuộc sống hiện tại, tương lai gần hay tương lai xa xôi của mình. Do đó, họ không còn hy vọng cho hiện tại và tương lai. Nhưng liệu có ai trên thế giới này thực sự không có dù chỉ một góc nhìn tích cực về hiện tại và tương lai? Hay chúng ta có thể nói rằng, một cách khách quan, ngay cả một người tuyệt vọng cũng luôn có những khía cạnh lạc quan?

Một người trở nên tuyệt vọng khi bị nhấn chìm bởi nỗi thất vọng hoặc tai ương hiện tại đến mức không thể nhìn thấy bất kỳ tia sáng nào phía sau đường hầm. Họ không thể hiểu rằng một số yếu tố đầy hứa hẹn trong tương lai có thể bù đắp cho những gì họ đã mất trong tai ương hiện tại. Loại cảm xúc này khiến một người đánh mất hy vọng vào cuộc sống.

Khi một người bị tuyệt vọng bao trùm, họ có thể mất đi ham muốn sống lâu hơn. Anh ta có ý định tự tử. Không ai nên nghĩ đến việc muốn chết vì chúng ta luôn có nhiều lý do để tiếp tục sống: Tôi đang sống vì người khác; tôi đang sống vì cha mẹ, anh chị em, bạn bè và những người biết tôi và không biết tôi. Nếu tôi chết, tất cả những người này sẽ rất buồn. Vì vậy, tôi không thể chết, nhưng hãy cố gắng sống bất chấp mọi khó khăn lớn. Lý do tôi cần tiếp tục sống là vì những người khác cần tôi, và tôi phải tiếp tục sống vì họ. Sara, một tấm gương được ghi lại trong Kinh thánh, kể về cách cô ấy gạt bỏ ý định tự tử: "Hôm đó, Sarah rất buồn. Cô ấy khóc lóc đi lên phòng trên lầu trong nhà cha mình và muốn treo cổ tự tử. Nhưng cô ấy đã suy nghĩ lại, tự nhủ: "Không! Mong mọi người không bao giờ trách móc cha tôi và nói với ông ấy, 'Cha chỉ có một cô con gái yêu quý, nhưng cô ấy đã treo cổ tự tử vì bất hạnh của mình . ' Và như thế, tôi sẽ đưa cha tôi, người đang mang nặng nỗi buồn tuổi già, xuống địa ngục. Thà tôi đừng tự treo cổ, nhưng hãy cầu xin Chúa cho tôi được chết, để khỏi phải nghe những lời sỉ nhục như thế trong đời tôi nữa" (Tb 3:10).

Làm thế nào chúng ta có thể giúp một người đang tuyệt vọng quay trở lại và tìm thấy hy vọng trong cuộc sống? Tất cả chúng ta đều muốn giúp đỡ một người đang tuyệt vọng. Có hai hướng để chữa trị chứng tuyệt vọng.

Nếu bất cứ lúc nào bạn mất hy vọng và muốn chết, hãy chia sẻ cảm xúc của mình với một người bạn, một người thân trong gia đình, hoặc ít nhất là với bất kỳ ai, ngay cả người lạ. Khi bạn đang trong cơn tuyệt vọng tột độ, điều quan trọng nhất là bạn nên tâm sự với một người mà bạn có thể gặp trên đường phố, trong trung tâm mua sắm, công viên, nhà thờ hay trường học. Bạn sẽ tìm thấy một người sẵn sàng lắng nghe và thấu hiểu bạn. Họ có thể đồng cảm với bạn và sẵn sàng giúp bạn tìm ra giải pháp tốt nhất.

Bây giờ, chúng ta hãy lấy một ví dụ minh họa, chẳng hạn khi chúng ta phải đối mặt với cái chết trong gia đình, căn bệnh ung thư giai đoạn cuối, hay khi chúng ta phải đối mặt với một khó khăn lớn như bị sa thải hoặc mất việc, gặp thiên tai hay tai nạn, bị người thân yêu bỏ rơi, v.v., chúng ta dễ rơi vào cám dỗ bỏ cuộc và trở nên tuyệt vọng. Trong những tình huống này, việc kêu cầu hy vọng là đặc biệt quan trọng. Như Giáo Hội dạy: "Trong mọi hoàn cảnh, mỗi người chúng ta hãy hy vọng, với ân sủng của Thiên Chúa, sẽ kiên trì đến cùng" (GLCG 1821). Thánh Phaolô đã nói với tín hữu Rôma như sau: "Xin Thiên Chúa là nguồn hy vọng, ban cho anh em được tràn đầy niềm vui và bình an nhờ đức tin, để anh em được tràn đầy hy vọng nhờ quyền năng của Chúa Thánh Thần" (Rm 15:13). Chúng ta nên kêu cầu hy vọng để vượt qua đau khổ, tuyệt vọng và chán nản. Khi một người đang đau khổ, chán nản hoặc tuyệt vọng, người ấy bị đẩy xuống tận cùng của bóng tối. Vì vậy, người ấy cần được kéo lên ngọn đồi ánh sáng. Chắc chắn, vẫn còn hy vọng rằng những người khác sẽ giúp anh thoát khỏi cái bẫy trống rỗng này. Đây là một sự giải thoát khẩn cấp. Không ai nên ở trong tình trạng tuyệt vọng quá lâu, mà cần được giải cứu. Thiên Chúa của Hy Vọng và cộng đồng có thể giúp anh thoát khỏi tình huống vô cùng khó khăn này. Tuy nhiên, anh chỉ cần được nhắc nhở rằng anh có thể khơi dậy hy vọng để tự cứu mình. Những người khác cũng có thể giúp mang lại hy vọng cho anh.

"Không ai trong chúng ta sống cho chính mình, cũng chẳng ai chết cho chính mình. Vì nếu chúng ta sống, là sống cho Chúa, và nếu chúng ta chết, là chết cho Chúa. Vậy, dù sống hay chết, chúng ta đều thuộc về Chúa" (Rô-ma 14:7-8). Tuy nhiên, chết không có nghĩa là hơi thở cuối cùng, mà là nó xảy ra trong từng khoảnh khắc của cuộc đời chúng ta. Nói cách khác, mỗi người chúng ta đang sống và chết cùng một lúc. Chúa Giê-su Kitô nói với chúng ta rằng chúng ta cần phải chết trong từng khoảnh khắc của cuộc đời mình. Theo Ngài, mỗi người chúng ta phải sống và chết như một hạt lúa mì, để mình bị bẻ ra cho người khác để chúng ta có thể sinh ra nhiều hoa trái như một hạt lúa mì bị vỡ vỏ ra rồi thành cây và sinh hoa trái. Chết trong từng khoảnh khắc của cuộc đời có nghĩa là mỗi người chúng ta không sống cho chính mình, nhưng cho người khác, vác Thập giá hằng ngày. Trong tình yêu, mỗi người chúng ta phải chịu đau khổ vì người khác. Vì vậy, khi chúng ta sống, chúng ta chết cho người khác; cuộc sống của chúng ta thuộc về người khác.

Khi một người hiểu rằng mình thuộc về Chúa và thuộc về tha nhân, người ấy sẽ gạt bỏ ý định tự tử ngay cả trong khoảnh khắc tuyệt vọng nhất. Khi một người hiểu rằng sống nghĩa là chết, người ấy sẽ sẵn sàng đối mặt với những khó khăn và thử thách trong cuộc sống hàng ngày; đau khổ và thất bại là một phần của cuộc sống, và không gì có thể khiến chúng ta bỏ cuộc hay để sự tuyệt vọng chi phối những quyết định trong cuộc sống một cách tuyệt vọng nhất. Khi Thánh Phaolô nói rằng dù sống hay chết, chúng ta đều thuộc về Chúa Kitô, ngài muốn nói rằng sự hiện hữu của chúng ta thuộc về Chúa Kitô, và không ai trong chúng ta có quyền tước đi mạng sống của mình. Chỉ có Chúa mới quyết định khi nào chúng ta chết.

Chúng ta cần hy vọng trong từng khoảnh khắc của cuộc sống. Nếu không có hy vọng, chúng ta sẽ mãi dậm chân tại chỗ ở hiện tại và không thể tiến bộ. Chỉ bằng cách dự đoán tương lai với sự thôi thúc của hy vọng, chúng ta mới có thể đạt được mục tiêu và ước mơ của mình. Hạnh phúc được ghi khắc trong trái tim chúng ta, và theo bản chất, chúng ta khao khát tìm kiếm hạnh phúc, điều mà chúng ta có thể tìm thấy trong Vương quốc Thiên Chúa qua các hoạt động của mình. Thật vậy, Giáo hội dạy rằng "Đức cậy đáp lại khát vọng hạnh phúc mà Thiên Chúa đã đặt để trong trái tim mỗi người... Đức cậy mở lòng người ra để mong đợi hạnh phúc vĩnh cửu" (GLCG 1818). "Trong mọi hoàn cảnh, mỗi người chúng ta hãy hy vọng, với ân sủng của Thiên Chúa, kiên trì đến cùng và đạt được niềm vui thiên đàng, như phần thưởng vĩnh cửu của Thiên Chúa dành cho những việc tốt lành đã được thực hiện nhờ ân sủng của Chúa Kitô" (GLCG 1821). Chúng ta cần hy vọng trong từng khoảnh khắc của cuộc sống. Nói cách khác, dù trong lúc thuận lợi hay khó khăn, chúng ta nên đặt mục tiêu và ước mơ của mình lên hàng đầu và cố gắng đạt được chúng.

CHƯƠNG BỐN

Đức Tin

Đức tin là gì?

Ở đây, chúng ta không muốn nói về lòng tin mà một người đặt vào một người khác. Chúng ta muốn nói về đức tin của con người vào Thiên Chúa. Những người thuộc các tôn giáo khác nhau đều có đức tin vào Thiên Chúa. Vào thế kỷ thứ nhất, đa số mọi người tin rằng chỉ có một Chúa, Đấng Tối Cao trong vũ trụ. Nhưng mức độ hiểu biết về vị Chúa độc nhất này khác nhau tùy theo tôn giáo trên thế giới, tùy thuộc vào mức độ hiểu biết về bản chất cụ thể của Chúa.

Trong Kitô giáo, với ân sủng của Chúa Thánh Thần, chúng ta tuyên xưng đức tin (πίστη) vào Thiên Chúa và vào Chân Lý mà Ngài mặc khải cho chúng ta. Con Thiên Chúa nhập thể, và Ngài mặc khải cho chúng ta về Chúa Ba Ngôi. Con Thiên Chúa nhập thể, Chúa Giêsu Kitô, cũng dạy chúng ta về Chân Lý. Có những Chân Lý mà chúng ta chưa thấy, chưa đón nhận, hoặc chưa hiểu. Tuy nhiên, Ngài hứa rằng chúng ta sẽ thấy và hiểu Chân Lý khi chúng ta gặp mặt Thiên Chúa (1 Gioan 3:2). Chúng ta tin vào những gì Chúa Giêsu phán và hy vọng đạt được những gì Ngài hứa.

Như đã nêu trong Kinh Tin Kính, chúng ta tin vào Thiên Chúa Toàn Năng, Đấng đã tạo dựng nên vũ trụ. Điều này có nghĩa là chúng ta thừa nhận chân lý rằng con người là tạo vật do Chúa tạo ra; do đó, chúng ta cần phải thờ phượng Ngài. Thờ phượng Chúa là bổn phận và cũng là một đặc ân của chúng ta. Khi chúng ta có đức tin nơi Chúa, chúng ta đặt trọn niềm tin vào Ngài và sống trong bình an và hạnh phúc như thể chúng ta đang sống trong Cung điện của Ngài, và Ngài đang bảo vệ và chu cấp cho chúng ta những gì chúng ta cần trong cuộc sống.

Thiên Chúa tạo dựng con người theo hình ảnh của Ngài. Điều này ngụ ý rằng chúng ta đang sống theo sự thiết kế của Ngài. Thật tuyệt vời khi chúng ta thuộc về Thiên Chúa và sống theo kế hoạch của Ngài dành cho chúng ta. Thiên Chúa biết rõ chúng ta vì Ngài tạo dựng mỗi người chúng ta với một tính cách riêng biệt như Ngài mong muốn. Sống theo sự sắp đặt của Thiên Chúa dành cho mỗi người chúng ta có nghĩa là để Ngài dẫn dắt chúng ta trong cuộc sống, để Ngài nhào nặn chúng ta thành một con người hoàn hảo như Ngài mong muốn. Khi một người đạt được mục tiêu như Thiên Chúa mong muốn, người ấy trở thành một con người hoàn hảo. Để Thiên Chúa nhào nặn chúng ta không có nghĩa là chúng ta mất đi sự tự do. Ngược lại, bởi vì chúng ta biết rằng nếu không có sự giúp đỡ của Thiên Chúa, và tự mình, chúng ta không thể đạt được mục tiêu. Theo sự thiết kế của Thiên Chúa dành cho chúng ta, chúng ta sử dụng sự tự do của mình để cầu xin Thiên Chúa giúp chúng ta trở thành tiềm năng của mình - một con người hoàn hảo. Thiên Chúa là Người Thợ Gốm, chúng ta là những con người sơ khai và được phác thảo trên con đường trở thành những gì Thiên Chúa dự định cho chúng ta, một con người hoàn hảo.

Chúa Giê-su phán cùng các môn đồ rằng: "Hãy tin vào Thiên Chúa, và cũng hãy tin Ta nữa" (Gioan 14:1). Chúng ta tuyên xưng đức tin nơi Chúa Giê-su Kitô, Con Một Thiên Chúa, Đấng đã trở nên con người, chịu đóng đinh và chết trên Thập tự giá, nhưng rồi đã sống lại để cứu chúng ta. Ơn cứu rỗi là ân điển quý báu nhất mà Chúa Giê-su Kitô ban cho chúng ta. Khi tin Chúa Giê-su Kitô, chúng ta cũng tin vào những điều Ngài đã phán. Ngài đã dạy dỗ nhiều điều, và các môn đồ của Ngài đã truyền miệng cũng như ghi chép lại trong Kinh Thánh. Lời dạy của Ngài là con đường sự sống và chân lý. Lời Chúa Giê-su là nguồn mạch sự sống của chúng ta; vì vậy, chúng ta nên dành thời gian để đọc, suy ngẫm và thực hành trong cuộc sống hằng ngày.

Chúng ta cũng tuyên xưng đức tin vào Chúa Thánh Thần. Chúa Thánh Thần ban sự sống cho chúng ta. Chúng ta đang trên hành trình hành hương như một con thuyền lênh đênh giữa đại dương sóng gió. Nhưng Chúa Thánh Thần luôn dẫn dắt, bảo vệ và gìn giữ chúng ta an toàn. Mỗi ngày, Chúa Thánh Thần ban cho chúng ta sự khôn ngoan để chúng ta có thể lựa chọn lời nói và hành động đúng đắn. Chúa Thánh Thần cũng giúp chúng ta đạt được ước mơ và trở thành những con người hoàn hảo.

Chúa Giêsu Kitô thiết lập Giáo hội, và chúng ta trở thành thành viên của Giáo hội khi chịu phép rửa tội. Khi một người lãnh nhận Bí tích Rửa tội, họ trở thành người con của Thiên Chúa và thuộc về thân thể Ngài, tức là Giáo hội. Vì Giáo hội là Thân thể Chúa Kitô, nên chúng ta thuộc về Giáo hội. Trong Giáo hội, mỗi người đều có một vai trò quan trọng, cũng như trong một thân thể, mỗi cánh tay hay đôi mắt đều thiết yếu. Chúng ta nên tích cực tham gia vào cộng đồng Giáo hội, tham gia một số chức vụ. Hoạt động quan trọng nhất là tham dự Thánh lễ hàng tuần. Mỗi người không chỉ hy vọng cho bản thân mà còn cho người khác, đặc biệt là những người trong cộng đồng Giáo hội của chúng ta. Đó là lý do tại sao tất cả chúng ta cần trở nên thành viên tích cực trong Giáo hội và sống vì người khác.

Đức tin cũng giúp chúng ta hy vọng vào sự phục sinh thể xác và sự sống vĩnh cửu. Thân xác chúng ta đang chết đi mỗi ngày. Giống như hạt lúa tách khỏi vỏ và chết đi để trở thành một chồi non rồi mọc lên thành cây, chúng ta cũng cần chết đi mỗi ngày để phát triển thành một con người tốt hơn và sinh nhiều hoa trái. Để mình bị tách ra khỏi vỏ có nghĩa là để mình chịu đau khổ và chết vì người khác, như Thánh Phaolô nói: "Đức tin chỉ hữu hiệu khi được diễn tả bằng tình yêu" (Galata 5:6). Vì vậy, để đạt được điều chúng ta tin tưởng và hy vọng, chúng ta phải thực hành đức tin trong mối quan hệ giữa các cá nhân, sống một cuộc sống bác ái và yêu thương. Giáo hội dạy rằng khi đức tin "bị tước mất hy vọng và tình yêu, thì đức tin không kết hợp trọn vẹn người tín hữu với Chúa Kitô và không làm cho người ấy trở thành chi thể sống động của Thân thể Người (Giáo hội)" (GLCG 1814).

Nếu không có đức tin nơi Chúa và trông đợi những gì Chúa hứa với chúng ta, hy vọng của chúng ta sẽ không có nền tảng, bởi vì ngoài Chúa ra, không có chân lý, không có thực tại vĩnh cửu, mà chỉ có những gì tương đối và tạm thời. Vì vậy, điều quan trọng đối với chúng ta là phải có hy vọng và đức tin nơi một mình Chúa. Đức tin và hy vọng mà chúng ta đặt nơi Chúa và Lời Ngài là một hy vọng chắc chắn và một đức tin công chính. Đức tin là thiết yếu cho cuộc sống của chúng ta. Với đức tin nơi Chúa, chúng ta có thể nâng cao tinh thần và niềm vui, và nhờ đó, hy vọng của chúng ta được thúc đẩy. Chúa Giê-su phán: "Nếu anh em có đức tin lớn bằng hạt cải, thì dù anh em có bảo núi này: 'Hãy dời khỏi đây, qua đó, nó cũng sẽ dời qua, và sẽ không có gì mà anh em không làm được" (Mt 17:20-21). Khi một người không có đức tin nơi Chúa, người ấy bất lực. Ngược lại, nếu một người có đức tin nơi Chúa, người ấy có quyền năng để thực hiện ngay cả những điều mà một mình con người không thể làm được. Người ấy có thể vượt qua những thử thách, tuyệt vọng, cám dỗ và bắt bớ. Sức mạnh có thể dời núi từ đây đến đó ngụ ý rằng một người có đức tin là người mạnh mẽ và có khả năng vượt qua mọi trở ngại trong cuộc sống. Người đó có thể hoàn thành ngay cả những dự án khó khăn nhất vì Chúa ban cho người đó đủ sức mạnh, sự kiên trì và quyết tâm để đạt được mục tiêu mà mình mong muốn.

Đức tin của Abraham và Sara

Tin rằng Chúa đã ban hoặc sẽ ban cho chúng ta điều chúng ta khao khát là một yếu tố quan trọng trong cuộc sống; nếu không, chúng ta sẽ không có mục tiêu cho hy vọng của mình, và cuộc sống sẽ đi sai hướng. Đức tin nghĩa là chúng ta tin rằng Chúa chắc chắn sẽ ban cho chúng ta những gì Ngài đã hứa. Đó là một đức tin vững chắc và là sự bảo đảm về những gì chúng ta sẽ thấy. "Chỉ đức tin mới bảo đảm cho những phước lành chúng ta hy vọng, hoặc chứng minh những điều chúng ta không thấy được" (Thơ Do-Thái 11:1).

Đức tin của Áp-ra-ham và Sa-ra là nguyên mẫu cho đức tin của chúng ta: "Đức tin là sự tin chắc vào điều mình hy vọng, là sự bảo đảm về điều mình không thấy. Chính vì điều này mà người xưa được khen ngợi. Bởi đức tin, Áp-ra-ham, khi được gọi đi đến một nơi mà sau này ông sẽ nhận làm cơ nghiệp, đã vâng lời và lên đường dù không biết mình sẽ đi đâu. Bởi đức tin, ông đã định cư tại Đất Hứa như một người xa lạ trên đất khách quê người. Ông trông đợi một thành có nền móng vững chắc, do Đức Chúa Trời thiết kế và xây dựng. Đức tin phải được thử thách như vàng được thử lửa. "Chính bởi đức tin mà Áp-ra-ham đã dâng Y-sác khi bị thử thách" (Thơ Do-Thái 11:17). Áp-ra-ham đặt trọn niềm tin nơi Thiên Chúa, tin rằng Đức Chúa Trời biết ông cần phải làm gì, ngay cả khi Ngài yêu cầu ông hy sinh con trai duy nhất của mình làm của lễ cho Ngài. Đây chỉ là một thử thách mà Đức Chúa Trời muốn xem Áp-ra-ham có vâng lời Ngài hoàn toàn hay không. Đúng vậy, Áp-ra-ham đã sẵn sàng vâng lời Đức Chúa Trời, thậm chí đến mức hy sinh chính con trai mình. Đây là lý do tại sao Thiên Chúa đã cứu Áp-ra-ham và ban phước cho dòng dõi ông.

"Và bởi đức tin, ngay cả Sarah, người đã quá tuổi sinh nở, đã có thể sinh con, vì bà tin rằng Đấng đã hứa là thành tín" (Cf. Thơ Do-Thái 11: 1-2, 8-11). Khi ba người đàn ông (Ba Ngôi) đến thăm Abraham, ông đã tiếp đón họ với một tấm lòng rộng lượng và yêu cầu Sarah nấu ăn cho họ. Họ nói với Abraham rằng vào cùng thời điểm đó của năm sau, Sarah sẽ sinh một con trai khi bà đã già (Cf. Sáng thế ký 18: 1-13). Sarah đã nghe lén những gì Chúa Ba Ngôi nói với Abraham, và bà đã lặng lẽ suy ngẫm về những gì bà nghe được rằng bà sẽ sinh một con trai vào năm sau. Đức tin của Sarah giống như đức tin của Đức Trinh Nữ Maria. Cả hai đều suy ngẫm về những gì đã được công bố cho họ. Có đức tin vào lời hứa của Thiên Chúa và lặng lẽ mong đợi sự ứng nghiệm lời hứa của Người mà không chút nghi ngờ chính là dấu ấn đức tin của Sarah và Đức Trinh Nữ Maria.

Với đức tin, Áp-ra-ham đã bước đi trên hành trình được Chúa dẫn dắt đến miền đất hứa. Đức tin là một món quà từ Thiên Chúa. Khi chúng ta nhận được nó, chúng ta bắt đầu một hành trình đức tin; hay nói cách khác, chúng ta bắt đầu một cuộc sống mới được đức tin trao quyền và dẫn dắt. Không có đức tin, một người sẽ có một hướng đi khác trên hành trình của mình, và người đó có thể bị lạc lối. Tuy nhiên, đức tin này cần được thử thách bởi những thách thức để trưởng thành mỗi ngày, và những thách thức ở đây có thể là những thực tại chưa biết, chưa rõ ràng hoặc chưa thể nhìn thấy cho đến khi chúng ta nắm bắt được chúng. Chúng ta cần tin chắc rằng Chúa sẽ đồng hành cùng chúng ta trên hành trình này và Ngài sẽ đáp lại đức tin vững vàng của chúng ta và ban cho chúng ta điều chúng ta hy vọng. Chúa biết những gì chúng ta nên được nhận, ngay cả những điều không thể tưởng tượng được.

Chúng ta hy vọng điều gì ở hiện tại và tương lai? Hạnh phúc và sự cứu rỗi có thể là câu trả lời. Tất cả chúng ta đều mong muốn hạnh phúc và nhiều loại thiện ích về tinh thần lẫn vật chất góp phần tạo nên hạnh phúc. Chắc chắn, sự cứu rỗi là mục tiêu tối hậu của cuộc đời chúng ta, điều mà tất cả chúng ta đều hy vọng.

Khi một người không tin vào Thiên Chúa, người ấy là người vô thần; người ấy không có Chúa trong mình, và người ấy không có nguồn sống. Ngược lại, khi chúng ta tuyên xưng đức tin vào Chúa, Ngài sẽ ban cho chúng ta sự sống tâm linh; Ngài sẽ hành động trong cuộc đời chúng ta. Bởi vì chúng ta tin vào Chúa, Ngài sẽ cho chúng ta biết ý muốn và kế hoạch của Ngài cho cuộc đời chúng ta. Mục đích của cuộc đời chúng ta bây giờ là đạt được kế hoạch mà Chúa đã định cho mỗi người chúng ta.

Chúa Giêsu phán rằng nếu chúng ta có đức tin nhỏ bé như hạt cải, chúng ta có thể dời non lấp bể (Cf. Mt 17:20). Đức tin rất quan trọng trong cuộc sống chúng ta. Với đức tin vào Thiên Chúa, chúng ta có thể làm được những điều vĩ đại, ngay cả những điều tưởng chừng như không thể. Chúng ta nên tin tưởng rằng Thiên Chúa ban sức mạnh cho chúng ta để đạt được những mục tiêu trong cuộc đời. Nhưng để đạt được kế hoạch hay mục tiêu này, chúng ta cần làm chứng cho đức tin mà chúng ta tuyên xưng. Nói cách khác, chúng ta phải thực hiện đức tin của mình bằng việc phục vụ, đó là tình yêu và lòng bác ái.

Đức tin của những người không theo đạo Thiên Chúa

Người không theo đạo Thiên Chúa có đức tin không? Chắc chắn, họ không phải là người vô thần. Đối với những người theo Do Thái giáo, Hồi giáo, Ấn Độ giáo hay Phật giáo, liệu họ có đức tin vào Thiên Chúa không? Có, họ cũng tin vào Chúa. Trong số 7,7 tỷ người trên thế giới, có 2,1 tỷ người theo đạo Thiên Chúa (chiếm 31%), và khoảng vài tỷ người thuộc các tôn giáo lớn nêu trên. Người không theo đạo Thiên Chúa thừa nhận Đấng Tạo Hóa là Chúa hoặc Đấng Tuyệt Đối. Điều này có nghĩa là họ có đức tin vào Đấng đã tạo ra họ. Chúa coi tất cả mọi người là con cái của Ngài. Chúa tạo ra tất cả mọi người trên trái đất và ban hy vọng cho tất cả họ, kể cả những người ngoài Kitô giáo. Giáo hội Công giáo khẳng định rằng: "Từ thời xa xưa cho đến nay, giữa các dân tộc khác nhau, có một nhận thức nhất định về quyền năng tiềm ẩn bao trùm mọi sự vật và các biến cố của lịch sử nhân loại; đôi khi một số người thực sự đã nhận ra một Đấng Tối Cao, hoặc thậm chí là một Người Cha. Nhận thức và sự thừa nhận này thấm nhuần vào cuộc sống của họ với một ý thức tôn giáo sâu sắc" (Công đồng Vatican II, Nostra Aetate 2).

Giáo Hội Công Giáo không bác bỏ bất cứ điều gì chân thật và thánh thiện trong các tôn giáo này. Giáo Hội chân thành kính trọng những lối sống và hành vi, những giới luật và giáo huấn, mặc dù khác biệt về nhiều mặt với những gì Giáo Hội chủ trương và trình bày, nhưng vẫn thường phản ánh một tia sáng của Chân Lý soi sáng cho mọi người. Thật vậy, Giáo Hội công bố, và luôn luôn phải công bố Chúa Kitô là "con đường, sự thật và sự sống" (Gio-an 14:6), nơi

Người, con người có thể tìm thấy sự viên mãn của đời sống tôn giáo, nơi Người, Thiên Chúa đã giao hòa mọi sự với chính Ngài (Công đồng Vatican II, Nostra Aetate 2).

Vì vậy, nhờ đức tin, người Kitô hữu không chỉ có hy vọng cho chính mình mà còn cho cả những người ngoài Kitô giáo. Vì người Kitô hữu có hy vọng cho những người ngoài Kitô giáo, họ có thể đối thoại với họ. Hy vọng là viên gạch nối kết những người thuộc các tôn giáo khác nhau. Thực tế, những người thuộc các tôn giáo khác nhau đều có cùng một hy vọng được sống với cùng một Đấng Tạo Hóa. Những người thuộc các tôn giáo khác nhau nên hợp tác với nhau, thúc đẩy những điều tốt đẹp, cả về tinh thần lẫn đạo đức, cũng như các giá trị văn hóa xã hội được tìm thấy giữa mọi người.

Qua dụ ngôn cỏ lùng xen lẫn lúa mì, chúng ta nên hiểu rằng Thiên Chúa muốn mọi người thuộc mọi tín ngưỡng cùng chung sống trên trái đất. Những người tốt và người kém hoàn hảo đều có thể chung sống với nhau, và Thiên Chúa ban cho mỗi người thời gian và cơ hội để ăn năn và cải thiện đời sống tâm linh. Nhiều người Công giáo và các Kitô hữu khác theo chủ nghĩa cực đoan thường nghĩ rằng những người theo tín ngưỡng khác nên bị lên án ngay lúc này. Những Kitô hữu cực đoan này không có được sự kiên nhẫn như Thiên Chúa nhân từ của chúng ta. Ngay cả trong một giáo phái như Giáo hội Công giáo hay Giáo hội Tin Lành, vẫn có thể có những thành viên từ cực tả hoặc cực hữu, và những người này có thể không muốn chấp nhận những người có quan điểm khác với họ. Nhưng Giáo hội Công giáo là Giáo hội hoàn vũ, và Giáo hội này có thể bao gồm tất cả các thành viên của mình. Do đó, không thành viên nào của Giáo hội có thể loại trừ người khác khỏi Giáo hội.

Thường có sự nhầm lẫn giữa sự thánh thiện và lối sống đức tin. Tất cả mọi người đều có thể nên thánh, bất kể người đó đang tích cực tham gia vào chức vụ nào. Tuy nhiên, một người chỉ chuyên tâm vào một biểu hiện đức tin nhất định có thể nghĩ rằng chỉ có biểu hiện đức tin của mình mới phản ánh sự thánh thiện của mình, và coi người khác là không thánh thiện. Đây không phải là nhận thức hay hiểu biết đúng đắn về đời sống Kitô Giáo. Trên thực tế, nhiều lối sống đức tin khác nhau có thể phản ánh sự thánh thiện đích thực, và chúng ta nên chấp nhận những người khác biệt với mình.

Đức tin vào Chúa Quan Phòng

Khi chúng ta tin vào sự quan phòng của Thiên Chúa, chúng ta tin rằng Ngài yêu thương và chăm sóc mỗi người chúng ta. Chúa có một kế hoạch cho mỗi người chúng ta và chu cấp cho chúng ta mọi điều chúng ta cần để hoàn thành kế hoạch của Ngài trong cuộc sống. Vì vậy, chúng ta không nên lo lắng về cuộc sống của mình.

> Chúa Giêsu nói với các môn đệ: "Vì vậy, Thầy bảo các con: Đừng lo lắng về mạng sống: lấy gì mà ăn; cũng đừng lo lắng về thân thể: lấy gì mà mặc. Mạng sống chẳng trọng hơn của ăn sao, và thân thể chẳng trọng hơn áo mặc sao? Hãy xem chim trời: chúng không gieo, không gặt, không tích trữ vào kho, thế mà Cha các con trên trời vẫn nuôi chúng. Các con chẳng quý giá hơn chúng sao? Có ai trong các con, nhờ lo lắng, mà kéo dài đời mình thêm được một khắc nào không? Còn về áo mặc, sao các con lại lo lắng? Hãy xem hoa ngoài đồng mọc lên thế nào; chúng không làm lụng, không kéo sợi. Thế mà Thầy bảo các con: ngay cả vua Sa-lô-môn, dù giàu sang đến đâu, cũng không mặc đẹp bằng một trong những bông hoa ấy. Vậy nếu cỏ ngoài đồng, nay còn, mai bị ném vào lò, mà Thiên Chúa còn mặc đẹp cho chúng như thế, thì huống hồ là các con, hỡi những kẻ kém đức tin! Vậy, các con đừng lo lắng mà nói: 'Chúng ta sẽ ăn gì ? ' hay 'Chúng ta sẽ uống gì ? ' hay 'Chúng ta sẽ mặc gì ? ' Vì tất cả những điều đó, dân ngoại vẫn tìm kiếm, và Cha các con trên trời biết rõ các con cần những điều đó. Nhưng "Trước hết, hãy tìm kiếm Nước Thiên Chúa và sự công chính

của Người, còn tất cả những thứ kia, Người sẽ ban thêm cho. Vậy, đừng lo lắng về ngày mai, vì ngày mai sẽ lo cho ngày mai. Ngày nào có đủ cái khó của ngày ấy" (Mt 6:25-34).

Giống như hoa cỏ ngoài đồng và chim trời có thể tìm thấy nguồn sống, tất cả con người, với tư cách là con cái của Chúa, cũng nhận được từ Ngài, Đấng Tạo Hóa, những gì họ cần cho cuộc sống. Tại sao chúng ta không nên quá lo lắng về cuộc sống của mình và cố gắng tìm kiếm giải pháp? Bởi vì chúng ta có Chúa là Cha, Đấng có thể cung cấp cho chúng ta tất cả những gì chúng ta cần.

Tất cả chúng ta thường lo lắng về một điều gì đó hoặc nhiều điều. Khi chúng ta lo lắng quá nhiều, lo lắng sẽ trở thành nỗi niềm lo âu. Nhưng chúng ta muốn cải thiện khía cạnh này. Lo lắng đến từ đâu? Trạng thái lo lắng về những vấn đề tiềm ẩn hoặc mong muốn có được nhiều thứ là những nguyên nhân chính gây ra lo lắng. Cả hai vấn đề này đều khiến một người không sống trong bình an. Tuy nhiên, chúng ta muốn bớt lo lắng và loại bỏ mọi lo lắng bằng cách đặt niềm tin vào Chúa Quan Phòng; Ngài sẽ cất bỏ mọi lo lắng khỏi chúng ta. Chúng ta nên cầu nguyện với bài thánh vịnh này mỗi ngày:

"Đức Chúa là Đấng chăn giữ tôi, tôi chẳng thiếu thốn gì. Ngài khiến tôi nằm nghỉ trên đồng cỏ xanh tươi, dẫn tôi đến mé nước bình tịnh, bổ sức cho linh hồn tôi. Ngài dẫn tôi qua các nẻo đường ngay thẳng vì danh Ngài. Dù qua thung lũng tối tăm, tôi chẳng sợ tai họa nào, vì Chúa ở cùng tôi; cây trượng và cây gậy của Chúa an ủi tôi" (Thánh Vịnh 23:1-4).

Mỗi người chúng ta cần cảm nhận và tin rằng Chúa đã và đang chăm sóc chúng ta. Nếu chúng ta mong đợi điều gì đó trong phạm vi nhu cầu hợp lý của mình, chúng ta nên nhận được điều đó từ Thiên Chúa Quan Phòng. Chúa Giêsu phán: "Nếu anh em có đức tin nhỏ bằng hạt cải, anh em có thể bảo núi này: 'Hãy dời khỏi đây qua đó ', thì nó sẽ dời đi. Không có gì anh em không làm được" (Mt 17:20). Nếu chúng ta có đức tin nơi Chúa, dù chỉ là một đức tin nhỏ nhoi, thì Chúa có thể ban cho chúng ta mọi điều. Đối với con người, việc dời núi là điều không thể, nhưng đối với Chúa, điều đó là có thể. Bất cứ điều gì chúng ta cần, và Chúa thấy điều đó là cần thiết, Ngài sẽ cung cấp cho chúng ta.

Đức tin vào Thiên Chúa Quan Phòng cũng bao hàm việc mỗi người chúng ta đang sống theo kế hoạch của Ngài. Thiên Chúa muốn mỗi người chúng ta trở thành một loại người để dấn thân vào ơn gọi nào đó và hoàn thành những dự án cụ thể theo kế hoạch của Ngài. Điều này có nghĩa là chúng ta cần khám phá điều Chúa muốn chúng ta làm và hoàn thành nó. Có thể khó để khám phá ra ý muốn của Chúa. Nhưng nếu chúng ta biết lắng nghe Chúa và tha nhân, chúng ta sẽ có thể nhận ra điều đó.

Thực hành đức tin

Có bao nhiêu người đã từng tin Chúa trước đây nhưng lại từ bỏ đức tin này khi về già? Nếu đức tin là thiết yếu trong cuộc sống của một người, thì người đó đối xử với đức tin của mình như thế nào? Đức tin của người đó nên giữ nguyên, hay nó có thể phát triển? Vào thời điểm một người tiếp nhận đức tin nơi Chúa, đức tin này chỉ là khởi đầu cho mối quan hệ giữa Chúa và người đó. Nó cần tiếp tục phát triển và được duy trì thông qua tình yêu thương, sự tham dự thánh lễ và việc tuân giữ các điều răn của Chúa. Thật vậy, việc thực hành đức tin bao gồm ba khía cạnh: bác ái, tham dự thánh lễ và tuân giữ các điều răn của Chúa.

Đức tin phát triển trước hết qua tình yêu như Thánh Phaolô nói: "Vì trong Đức Giêsu Kitô, cắt bì hay không cắt bì đều chẳng có giá trị gì, nhưng đức tin được thể hiện qua đức yêu thương" (Gal 5:6). Tình yêu không chỉ có nghĩa là tình cảm trong tình bạn (Philia), tình yêu lãng mạn hay nồng nàn (Eros), tình yêu gia đình (Storge), mà đặc biệt là tình yêu phổ quát hay đồng cảm (Agape). *Agape* còn được gọi là tình yêu Kitô giáo. Nhưng trên thực tế, tất cả các tôn giáo lớn đều dạy về tình yêu này. *Agape* là tình yêu bao gồm, đối với Chúa và tất cả mọi người mà bản thân biết hoặc không biết; Nó có nghĩa là bao gồm cả người lạ và những người kém may mắn. *Agape* là biểu hiện của lòng vị tha, bao gồm việc quan tâm cụ thể đến người khác mà không mong đợi bất cứ điều gì đáp lại. Do đó, đối với một người không phải là người thân hay bạn bè của bạn, bạn thể hiện tình yêu với họ như thế nào? Bạn không thể hiện điều đó trong *Philia*, *Eros* hoặc *Storge*, nhưng bạn thể hiện tình yêu của mình với họ thông qua lòng bác ái, trao tặng cho họ một cách cụ thể những gì họ đang cần vào lúc này, đó là lòng bác ái. Chỉ có lòng bác ái mới được tính trong tình yêu thương (xin vui lòng đọc thêm về chủ đề bác ái trong chương tiếp theo của cuốn sách này).

Không có đức ái, đức tin sẽ chết, như thánh Giacôbê nói: "Thưa anh em, nếu ai nói rằng mình có đức tin mà không hành động, thì nào có ích gì? Đức tin có thể cứu người ấy được chăng? Giả như có anh em hay chị em nào trần truồng, thiếu của ăn hằng ngày, mà có ai trong anh em lại nói với họ: "Hãy ra đi bình an, hãy mặc cho ấm và ăn cho no " , nhưng lại không cho họ những thứ thân xác họ đang cần, thì nào có ích gì? Cũng vậy, đức tin tự nó, nếu không có hành động, thì là đức tin chết. Quả vậy, thân xác không có hơi thở thì chết, thì đức tin không có hành động cũng chết" (Gia-co-be 2, 14-18.26).

Cách thực hành đức tin đầu tiên là làm từ thiện, và cách thứ hai (không kém phần quan trọng) là tham dự các buổi lễ tôn giáo tại Nhà Thờ, Đền Thờ, Giáo Đường Do Thái Chùa Chiền hoặc Nhà Thờ Hồi Giáo. Việc tham dự các buổi lễ tôn giáo là thiết yếu trong đời sống đức tin. Nhiều người không tham dự các buổi lễ tôn giáo của họ, vốn là một nghĩa vụ. Đây là sự thiếu thực hành đức tin. Họ cảm thấy rằng việc tham dự các buổi lễ tôn giáo của họ là gánh nặng, và tin rằng việc thực hành này là mất thời gian và năng lượng. Nhưng thực tế thì ngược lại; việc thực hành này giúp họ có thêm sức mạnh và hạnh phúc. Thánh Gioan nói: "Tình yêu của Thiên Chúa cốt ở điều này: chúng ta tuân giữ các điều răn của Người, và các điều răn của Người không phải là gánh nặng. Mọi người sinh ra bởi Thiên Chúa đều chiến thắng thế gian; và sức mạnh đã chiến thắng thế gian là đức tin của chúng ta. Vậy ai là người chiến thắng thế gian? Đó là người tin rằng Chúa Giêsu là Con Thiên Chúa" (1 Gioan 5, 3 5).

Việc giữ các điều răn của Chúa là một thực hành đức tin. "Nếu các con giữ các điều răn của Ta, các con sẽ ở trong tình yêu thương của Ta, như Ta đã giữ các điều răn của Cha Ta và ở trong tình yêu thương của Ngài" (Gioan 15:10). "Ai nói: 'Tôi đã biết Ngài ,' mà không giữ các điều răn của Ngài, thì là kẻ nói dối, và sự thật không ở trong người ấy" (1 Gioan 2:4). Việc giữ các điều răn của Chúa sẽ đưa chúng ta đến gần Chúa và gần gũi với tha nhân hơn. Với việc thực hành này, Chúa sẽ ban cho chúng ta ân sủng và tình yêu thương của Ngài, điều này sẽ củng cố đức tin của chúng ta.

Đối với nhiều người, việc tuân giữ các điều răn của Thiên Chúa dường như là một việc làm rất khó khăn. Ngược lại, hành động này hẳn phải là một công việc dễ dàng và thú vị khi chúng ta thấy được lợi ích của nó. Đây là lý do tại sao Thánh Gioan nói: "Vì tình yêu Thiên Chúa là thế này: chúng ta tuân giữ các điều răn của Người; và các điều răn của Người không phải là nặng nề" (1 Gioan 5,3). Những ai tuân giữ các điều răn của Thiên Chúa sẽ nhận được nhiều lợi ích, bao gồm ân sủng và phước lành của Người, sự hiểu biết về cách sống tốt đẹp, thói quen làm việc thiện; họ sẽ lớn lên trong tình yêu như Chúa Giêsu đã nói: "Ai có các điều răn của Thầy và tuân giữ, thì người ấy yêu mến Thầy; và ai yêu mến Thầy sẽ được Cha Thầy yêu mến; Thầy sẽ yêu mến người ấy và tỏ mình ra cho người ấy" (Gioan 14,21).

CHƯƠNG NĂM
Tình Yêu

Tình yêu là gì?

Tình yêu cần có hai người, người yêu và người được yêu. Người được yêu có thể là Chúa, có thể là một người khác, hoặc chính mình, điều này bao hàm ba hướng. Khởi đầu của tình yêu bắt đầu từ trái tim của một người và vươn tới một người khác. Tất nhiên, mỗi người cần phải yêu chính mình trước, nhưng tình yêu này không được chỉ tồn tại trong chính mình. Nếu nó chỉ tồn tại trong chính mình, người đó sẽ trở nên ích kỷ. Bất cứ ai chỉ yêu chính mình là người đang hành động ích kỷ. Nhưng tình yêu bản thân là gì? Về bản chất, mỗi người đều yêu chính mình. Tuy nhiên, tình yêu này cần được củng cố bởi thành công, hạnh phúc và những người xung quanh. Nếu thiếu những yếu tố này ở mức độ lớn, một người có thể trở nên nản lòng và thậm chí tuyệt vọng. Tình yêu bản thân khác với tình yêu dành riêng cho chính mình. Tình yêu dành riêng cho chính mình hàm ý chỉ yêu bản thân mà không yêu người khác. Ngược lại, tình yêu bản thân không nhất thiết loại trừ người khác khỏi vòng tròn tình yêu. Trên thực tế, tình yêu bản thân nên được mở rộng thành tình yêu dành cho người khác.

Theo triết học Hy Lạp, có bốn cấp độ hoặc bốn loại tình yêu: *Storge* (tình yêu gia đình giữa các thành viên trong gia đình), *Eros* (tình yêu nhục dục giữa hai người xuất phát từ sự lãng mạn và hấp dẫn thể xác), *Philia* (tình yêu giữa bạn bè và những người trong cộng đồng), *Agape* (tình yêu vô điều kiện được ca ngợi là hình thức tình yêu cao nhất và trọn vẹn nhất). Tất cả chúng ta đều thực hành *Storge* và *Philia*. Một số người, mặc dù họ có cảm xúc trong *Eros*, nhưng lại từ bỏ nó. *Agape* là tình yêu vô điều kiện dành cho mọi người, bao gồm người lạ và người chưa biết. Emmanuel Levinas (một triết gia người Pháp gốc Li-băng) cho rằng tình yêu cao nhất là tình yêu dành cho người chưa biết. Chúa Giê-su Ki-tô luôn ủng hộ và nhấn mạnh nghĩa vụ của các môn đồ là phải yêu thương vô điều kiện tất cả mọi người. Tình yêu dành cho người không quen thuộc và người ngoài gia đình của mình sẽ không tồn tại nếu nó không chuyển thành việc thực hành bác ái.

Chúng ta được kêu gọi mở rộng tình yêu thương của mình đến người khác. Tình yêu thương dành cho người khác có thể trở thành ưu tiên trong các mối quan hệ giữa người với người. Người ta có thể yêu người khác hơn chính mình. Khi một người yêu người khác hơn chính mình, người đó đang hành động theo cảm hứng vị tha. Lòng vị tha có nghĩa là tình yêu của một người hướng tình yêu của mình đến người khác, và người khác được ưu tiên trong mối quan hệ. Tình yêu vị tha không làm giảm tình yêu bản thân; ngược lại, nó làm phong phú thêm tình yêu đó. Việc một người yêu bản thân mình hơn người khác cũng là điều bình thường, miễn là người khác cũng được bao gồm trong tình yêu của họ. Có một lý thuyết cho rằng trong một số nền văn hóa phương Đông, người ta được dạy phải yêu người khác hơn chính mình. Nhưng lý thuyết này có thể gây nghi ngờ cho nhiều người. Rõ ràng là nhiều người lính tình nguyện chết vì đất nước của họ và nhiều nhà truyền giáo chết vì đức tin của họ, nhưng những hy sinh này không chứng minh rằng họ không yêu bản thân mình hơn đất nước hay đức tin của họ. Có lẽ, điều quan trọng hơn là phải nói rằng mỗi người cần phải yêu bản thân mình và người khác.

Yêu thương người khác là hệ quả tự nhiên của hy vọng. Nhưng tình yêu thương người khác phải được thể hiện bằng hành động; nó không được giữ kín trong cảm xúc. Yêu thương người khác có nghĩa là hy vọng cho người khác. Hy vọng của tôi về hạnh phúc của người khác chỉ được hiện thực hóa khi tôi làm điều tốt và tránh điều xấu cho người khác. Thánh Phaolô cung cấp cho chúng ta một danh sách các khía cạnh mà chúng ta nên hoặc không nên làm cho người khác: "Tình yêu thương thì nhẫn nại, tình yêu thương thì nhân hậu, không ghen tị, không khoe khoang, không tự đắc, không làm điều xấu, không tìm kiếm lợi ích, không dễ nổi giận, không nuôi dưỡng điều sai trái. Tình yêu thương không vui mừng về sự bất công nhưng vui mừng về sự thật. Tình yêu thương luôn che chở, luôn tin tưởng, luôn hy vọng, luôn kiên nhẫn" (1 Cr 13: 4-7). Yêu thương người khác có nghĩa là thể hiện lòng tốt với người khác bằng lời nói và hành động. Khi chúng ta thực hành những gì Thánh Phaolô dạy ở đây, chúng ta sống một cuộc sống vị tha và vô vị lợi, một cuộc sống không vị kỷ.

Tình yêu đối với Chúa là bổn phận của mỗi người, bởi vì Chúa là Đấng Tạo Hóa. Tình yêu đối với Chúa được thể hiện qua việc thờ phượng và tuân giữ các điều răn của Ngài. Thờ phượng Chúa bao gồm việc cử hành nghi lễ, tôn vinh và ngợi khen Chúa. Mỗi tôn giáo đều có nghi lễ riêng. Các điều răn trong Kitô giáo bao gồm nghĩa vụ làm những điều tốt đẹp cho Chúa và tha nhân.

Tình yêu của một người dành cho Chúa thể hiện lòng kính sợ Chúa. Kính sợ Chúa ở đây không có nghĩa là sợ hãi Chúa, mà có nghĩa là người đó tôn kính Chúa và không muốn bỏ lỡ bất kỳ nghĩa vụ nào mà tình yêu Chúa đòi hỏi. Thái độ này thể hiện mong muốn có một mối quan hệ mật thiết với Chúa, mà mức độ cao nhất là mối quan hệ riêng tư mật thiết với Ngài. Mối quan hệ mật thiết với Chúa cho phép một người đặt trọn niềm tin vào Ngài.

Điều răn yêu thương là điều răn quan trọng nhất trong mọi điều răn. Tình yêu thương dành cho người khác không có ranh giới hay giới hạn, nhưng bao gồm tất cả mọi người trong mọi hoàn cảnh. Chúa Giêsu Kitô dạy các môn đệ yêu thương, tha thứ và cầu nguyện cho kẻ thù (Mt 5, 38-44). Ngài cũng dạy họ làm bạn với người lạ và thực hành bác ái đối với người nghèo (Mt 25, 37-45). Yêu thương kẻ thù và làm bạn với người lạ là những cấp độ cao nhất của tình yêu thương dành cho người khác.

Yêu kẻ thù và kết bạn với người lạ

Mọi tôn giáo, mọi triết lý và các lý thuyết xã hội khác đều dạy và thúc đẩy tình yêu thương giữa con người với nhau. Nhưng thực tế, trong cuộc sống hằng ngày, phần lớn mọi người chỉ yêu thương người thân và bạn bè. Thậm chí, một số nền văn hóa còn khuyến khích việc tránh xa người lạ hoặc những người bị coi là không tử tế. Cũng có một lối sống cực đoan trái ngược, cho rằng người ta có thể trả thù kẻ thù.

Nhưng liệu tình yêu có nên được hiểu là sự chấp nhận hoàn toàn người khác, kể cả kẻ thù và người lạ? Trước đây, theo văn hóa Trung Đông, "mắt đền mắt, răng đền răng" là tập tục của người dân, và tập tục này hoàn toàn không lý tưởng. Ở Viễn Đông, chịu ảnh hưởng của Nho giáo, việc tránh xa hàng xóm xấu là một lựa chọn được ưa chuộng. Ngược lại, theo giáo lý của Kitô giáo, việc tiếp cận và tha thứ cho kẻ thù là một nghĩa vụ và bổn phận. Chúa Giêsu nói: "Các con đã nghe Luật dạy rằng: Ngươi phải yêu thương người lân cận và hãy ghét kẻ thù . Nhưng Ta bảo các con: Hãy yêu thương kẻ thù và cầu nguyện cho những kẻ ngược đãi các con, để các con được làm con cái của Cha các con, Đấng ngự trên trời. Vì Người cho mặt trời mọc lên soi sáng kẻ dữ cũng như người lành, và cho mưa xuống trên người công chính cũng như kẻ bất chính. Vì nếu các con yêu thương những kẻ yêu thương mình, thì các con có công gì? Ngay cả những người thu thuế chẳng làm như vậy sao? Và nếu các con chỉ chào hỏi anh em mình, thì các con có gì hơn người khác? Ngay cả người ngoại cũng chẳng làm như vậy sao? Vậy các con hãy nên hoàn thiện, như Cha các con trên trời là Đấng hoàn thiện" (Mt 5:43-48). Đây là một giáo lý tuyệt vời, trái ngược với giáo lý phổ biến của một số tôn giáo và nền văn hóa khác.

Có nhiều loại kẻ thù khác nhau: Kẻ thù là những cá nhân ghét người khác và muốn làm hại hoặc giết họ, và kẻ thù giữa các quốc gia hoặc giữa những người trong chiến tranh. Cũng có thể chúng ta phóng đại sự bất hòa giữa chúng ta và coi người khác là kẻ thù của mình. Một số người ngừng nói chuyện với nhau trong nhiều tháng chỉ vì một số loại bất hòa. Người ta thậm chí còn có ý định cắt đứt quan hệ của tình bạn hoặc tình anh em. Những tình huống đáng tiếc này có thể là kết quả của việc phóng đại sự bất hòa. Thay vì phóng đại mức độ bất hòa, bây giờ chúng ta nên giảm bớt căng thẳng và hòa giải với nhau. Chúng ta là những người chủ động xin lỗi anh em hoặc bạn bè của mình. Mục tiêu của chúng ta là trở nên hoàn hảo theo giá trị Phúc Âm. Chúng ta đang sống trong nền văn hóa của mình, mà chắc chắn không hoàn hảo. Có những khía cạnh cần được thanh lọc và cải cách.

Kết bạn với người lạ là một thái độ đẹp. Ai được coi là người lạ? Người lạ có thể là những người chúng ta chưa từng quen biết. Họ có thể sống cạnh nhà; họ có thể là những người mới chuyển đến khu phố của chúng ta. Để yêu thương họ một cách cụ thể, có lẽ bước tốt nhất là tự mình kết bạn với họ trước. Điều đó có nghĩa là chúng ta chủ động giới thiệu bản thân với họ.

Như Chúa Giê-su đã nói, hai điều răn quan trọng nhất là yêu mến Chúa, Thiên Chúa của ngươi, và yêu thương người lân cận. Theo cách hiểu ban đầu, hàng xóm của chúng ta được cho là những người chúng ta quen biết và là bạn của chúng ta, nhưng ngày nay, trong nhiều nền văn hóa, người ta không biết hàng xóm của mình, kể cả người hàng xóm bên cạnh. Vì vậy, những người hàng xóm xa lạ đó cần được chúng ta biết đến. Làm thế nào để chúng ta biết đến họ? Chúng ta cần phải cho họ biết đến mình bằng cách tự giới thiệu bản thân mình.

Công việc từ thiện

Yêu thương nghĩa là sống vì người khác và giúp người khác hạnh phúc. Trong cuộc sống hy vọng, con người tìm kiếm hạnh phúc cho chính mình. Tuy nhiên, nếu những người xung quanh không hạnh phúc, hạnh phúc của mình sẽ trở nên cô lập, và đó không phải là hạnh phúc đích thực. Một hạnh phúc cô lập không phải là hạnh phúc đích thực. Con người vốn dĩ là xã hội tính và sống với người khác. Tôi chỉ thực sự hạnh phúc khi hàng xóm của tôi cũng hạnh phúc. Nói cách khác, tôi sống không chỉ vì bản thân mà còn vì người khác; tôi tìm kiếm hạnh phúc cho chính mình và cho cả người khác cùng một lúc.

Tình yêu trước hết có nghĩa là lòng tốt đối với người khác. Đây là cách Thánh Phaolô mô tả tình yêu: "Giả như tôi nói được các thứ tiếng của loài người và của các thiên thần, mà không có tình yêu, thì tôi chỉ là thanh la vang rền hay chũm chọe inh ỏi. Giả như tôi được ơn nói tiên tri, hay thông hiểu hết mọi điều huyền nhiệm và mọi tri thức, hay có đức tin có thể dời non chuyển núi, mà không có tình yêu, thì tôi chẳng là gì. Giả như tôi phân phát hết gia tài cho người nghèo, lại còn phó thác cả thân xác để chịu cực khổ, mà không có tình yêu, thì tôi cũng chẳng được ích gì. Tình yêu thì nhẫn nại, nhân hậu; tình yêu không ghen tương; không khoe khoang, không tự đắc, không làm điều trái phép, không tìm tư lợi" (1 Cr 13,1-4). Theo Thánh Phaolô, tình yêu trước hết là lòng tốt. Nhưng chỉ có lòng tốt thì chưa đủ để biểu hiện trọn vẹn của tình yêu. Tình yêu đích thực vượt ra ngoài lòng tốt và đòi hỏi cả lòng bác ái (nhưng lòng bác ái không nhất thiết bao gồm tình yêu). Nếu một người thực sự yêu thương người khác, họ sẽ thực hiện lòng bác ái.

Ngược lại, một người có thể thực hiện lòng bác ái mà không có tình yêu. Theo bản chất tự nhiên, tất cả chúng ta đều yêu thương người thân của mình. Nhưng tình yêu thương trọn vẹn cũng nên bao gồm cả những người không phải là người thân của chúng ta. Tình yêu thương của Chúa dành cho chúng ta là nền tảng của tình yêu thương này. Và Chúa Giê-su đã cho chúng ta nhiều bài học và tấm gương về tình yêu thương vô điều kiện đối với tất cả mọi người.

Tình yêu dành cho những người không phải là vợ/chồng, người thân hay bạn bè của chúng ta được mô tả trong tiếng Hy Lạp là agape (α γά πη). Agape là tình yêu dành cho những người mình chưa biết. Biểu hiện cụ thể của agape là lòng bác ái. Bác ái là một cách thực hành Tình yêu.

Thánh Giacôbê nhấn mạnh đến yêu cầu tuyệt đối của việc thực hành tình yêu trong đời sống Kitô hữu bằng tấm gương đẹp đẽ và lập luận sáng suốt này: "Hỡi anh chị em, nếu ai nói mình có đức tin mà không có hành động, thì nào có ích gì? Đức tin ấy có cứu được người ấy chăng? Giả sử có anh chị em nào không có áo mặc và lương thực hằng ngày, mà có ai trong anh chị em nói với họ: 'Hãy đi bình an, mặc cho ấm và ăn cho no ,' nhưng lại không lo cho những nhu cầu vật chất của họ, thì nào có ích gì? Cũng vậy, đức tin không có hành động thì chết" (Giacôbê 2:14-17). Thánh Giacôbê muốn nhấn mạnh đến công việc bác ái. Đức tin phải đi kèm với hành vi bác ái. Tuy nhiên, ngài cho rằng công việc bác ái phải đi đôi với đức ái (tình yêu). Dù một người có thực hành bác ái về tài chính hay có đức tin và ơn tiên tri, nhưng nếu người đó không thực hành đức ái, thì người đó sẽ không tìm được ý nghĩa cho cuộc đời mình. Đức ái phải được thể hiện cả từ trái tim lẫn đôi tay.

Thiên Chúa, vì tình yêu của Ngài, đã tạo dựng chúng ta theo hình ảnh của Ngài, và Ngài yêu thương chúng ta như một người cha yêu thương con trai và con gái của mình. Chúa Giêsu nói: "Như Cha đã yêu thương Ta, Ta cũng yêu thương các con. Bây giờ hãy ở lại trong tình yêu của Ta. Điều răn của Ta là: Hãy yêu thương nhau như Ta đã yêu thương các con" (Gioan 15: 9, 12). Vì vậy, tình yêu là bản chất của chúng ta, và chúng ta phải đưa nó vào thực hành. Chúng ta chỉ cần áp dụng tình yêu thương trong mọi hoàn cảnh của cuộc sống. Có một mối quan hệ chặt chẽ giữa hy vọng, đức tin và tình yêu thương. Theo bản chất, chúng ta có hy vọng đạt được mục tiêu của mình theo kế hoạch của Thiên Chúa dành cho chúng ta. Với đức tin của chúng ta vào Thiên Chúa, chúng ta sẽ có thể đạt được mục tiêu này, vì Thiên Chúa hỗ trợ chúng ta trong nỗ lực này. Một người không chỉ có hy vọng cho chính mình, mà còn cho người khác. Vì vậy, người đó cần thực hành hy vọng và đức tin của mình bằng cách có một mối quan hệ tốt đẹp với người khác thông qua tình yêu thương.

Việc thực hành mọi nhân đức đều được đức ái thúc đẩy và linh hoạt; đức ái là nguồn mạch và mục tiêu của đời sống Kitô hữu. Đức ái nâng đỡ và thanh luyện khả năng yêu thương của con người, đồng thời nâng nó lên đến sự hoàn hảo siêu nhiên của tình yêu Thiên Chúa (Cf. GLHTCG 1827). Hoa trái của đức ái là niềm vui, bình an và lòng thương xót; đức ái đòi hỏi lòng nhân từ và sự sửa lỗi huynh đệ (Cf. GLHTCG 1829). Do đó, mọi Kitô hữu đều có mục tiêu thực hành đức ái, và đức ái có mục tiêu dẫn đưa Kitô hữu đến với tình yêu nhân loại và tình yêu Thiên Chúa.

Lời khen ngợi

Khen ngợi và ca tụng là một phần của việc nói sự thật. Khi khen ngợi người khác, chúng ta nhấn mạnh những khía cạnh tích cực của họ. Mỗi người đều có những khía cạnh tích cực trong cách cư xử và những lĩnh vực cần phát triển, nhưng những thái độ tích cực được đề cập và ca tụng khi chúng ta khen ngợi người khác. Điều bắt buộc là chúng ta phải nêu bật những đặc điểm tích cực ở người khác như Thánh Phaolô đã nói: "Đừng nói lời thô tục hoặc lăng mạ. Nhưng hãy nói những lời tốt đẹp và hữu ích, để lời nói của bạn sẽ khích lệ người nghe" (Êphêsô 4: 29). Khen ngợi và ca tụng là cần thiết để khuyến khích mọi người và giúp họ phát triển. Có những lúc chúng ta không muốn nói lời khen ngợi và ca tụng, có lẽ vì chúng ta đang sống trong căng thẳng hoặc bực bội. Chúng ta cần rèn luyện bản thân để không để cảm xúc ảnh hưởng tiêu cực đến những lời nói và hành động chân thật của mình.

Những người ở vị trí lãnh đạo cần khen ngợi người khác. Thật tốt khi thấy cha mẹ, thầy cô giáo và các giám đốc điều hành khen ngợi cấp dưới của mình. Tuy nhiên, một số nhà lãnh đạo khác lại không thực hành điều này. Khi Thánh Gioan Phaolô II còn là giáo hoàng, ngài thường xuyên khen ngợi và ca ngợi các linh mục và giáo dân. Thái độ của ngài đã ảnh hưởng tích cực đến tất cả mọi người trên thế giới. Điều cần thiết là các nhà lãnh đạo chính trị và tôn giáo phải nhấn mạnh những khía cạnh tích cực của con người. Quan trọng nhất, các nhà lãnh đạo phải tránh nói năng coi thường cấp dưới của mình. Thánh Phêrô đã dạy các nhà lãnh đạo cộng đồng giáo hội bằng những lời này: “Đừng thống trị những người được giao phó cho anh em, nhưng hãy làm gương cho đoàn chiên" (1 Phê- rô 5:3).

Chúng ta thường có xu hướng nhìn thấy nhiều khía cạnh tiêu cực và khuyết điểm ở người khác và không nhìn thấy những điểm tích cực. Nếu chúng ta không học được thói quen nhìn thấy khía cạnh tích cực hơn của người khác, chúng ta sẽ không thể khen ngợi người khác một cách tự nhiên hơn. Cần phải học cách chấp nhận khuyết điểm và đề cao những phẩm chất tích cực. Chúng ta cần học cách hạ thấp những khuyết điểm của người khác trong khi nhấn mạnh những đặc điểm tích cực của họ. Chúng ta cần phải kiên nhẫn với những người xung quanh, đặc biệt là với cấp dưới của mình như Thánh Phaolô dạy: "Chúng ta là những người mạnh mẽ trong đức tin, hãy kiên nhẫn với những điều băn khoăn của những người có đức tin yếu đuối; chúng ta không được ích kỷ. Mỗi người hãy làm đẹp lòng người lân cận của mình để làm điều tốt cho họ và xây dựng tinh thần của họ" (Rm 15: 1-2).

Các nhà giáo dục sẽ thành công hơn trong nghề nghiệp của mình khi họ khen ngợi học sinh thường xuyên và dễ dàng hơn. Thật vậy, các giáo viên và giáo sư đã thực hành mô hình này rất tốt. Trẻ nhỏ rất nhạy cảm với lời khen hoặc sự không tán thành. Một học sinh lớp ba biểu diễn một buổi hát đơn ca. Cô bé dường như làm rất tốt và nhận được một tràng pháo tay từ khán giả. Trở về từ trường, cô bé nói với bố mẹ rằng cô bé muốn tham gia một lớp học hát dạy riêng vì cô bé thích những gì mình đang làm. Tuy nhiên, một tháng sau, cô bé từ bỏ kế hoạch của mình và tỏ ra tự ti. Có lẽ giáo viên của cô bé, với ý tốt, đã nói với cô bé những gì cô bé có thể cải thiện, và cô bé đã hiểu lầm điều đó. Đây không phải là một lời khiển trách mà là một hướng dẫn tích cực. Thật không may, học sinh nhỏ đã hiểu sai điều đó. Cách thể hiện lời khen ngợi hoặc hướng dẫn là rất quan trọng trong việc giáo dục học sinh nhỏ. Giáo viên cần đảm bảo rằng học sinh nhỏ của họ biết được tiềm năng của mình và khuyến khích các em cố gắng cải thiện. Lời khen ngợi cần phải rõ ràng về ngôn ngữ và sự hiểu biết.

Lòng từ bi và lòng khoan dung

Lòng trắc ẩn là biểu hiện của tình yêu thương đối với những người đang chịu đau khổ hoặc bất hạnh. Kinh Thánh đề cập đến nhiều trường hợp mà Chúa Giê-su đã thể hiện lòng trắc ẩn với mọi người: "Khi Ngài thấy đám đông, Ngài động lòng thương xót họ, vì họ bị hà hiếp và tan lạc, như bầy chiên không có người chăn" (Mt 9: 36). "Khi Chúa Giê-su xuống thuyền và thấy một đám đông lớn, Ngài động lòng thương xót họ và chữa lành những người bệnh" (Mt 14: 14). "Chúa Giê-su gọi các môn đồ đến và nói, Ta thương xót những người này; họ đã ở với chúng ta ba ngày rồi và không có gì ăn. Ta không muốn để họ đói mà về, kẻo họ ngất xỉu dọc đường" (Mt 15:32). Những người nên được thương xót là những người bệnh tật; những người lạc lõng trong xã hội, không biết hướng đi đúng đắn trong cuộc sống của họ; và những người đói, v.v.

Theo quan điểm Kinh Thánh, lòng trắc ẩn là một bổn phận của người Kitô giáo. Vì chúng ta nhận được lòng trắc ẩn từ Thiên Chúa, chúng ta cũng nên thể hiện lòng trắc ẩn đó với người khác, như thánh Phaolô đã nói: "Chúc tụng Thiên Chúa, Cha của Chúa chúng ta là Đức Giêsu Kitô, Cha đầy lòng thương xót và là Thiên Chúa ban mọi niềm an ủi. Ngài an ủi chúng ta trong mọi cơn gian truân, để chúng ta có thể dùng chính sự an ủi mà Thiên Chúa đã ban cho chúng ta để an ủi những người đang gặp bất kỳ cơn gian truân nào" (2 Corintô 1:3-4).

Để thực hành lòng từ bi với người khác, chúng ta cần trang bị cho mình ba khía cạnh chính: ý thức đồng cảm, mong muốn giúp đỡ người khác giảm bớt đau khổ, và thực hiện những bước cụ thể để giúp đỡ những người gặp khó khăn. Ba thành phần này phải bắt nguồn từ tình yêu thương. Cảm thấy đồng cảm mà không hành động giúp đỡ thì không phải là lòng từ bi thực sự. Lòng từ bi thực sự phải bao gồm sự sẵn lòng giúp đỡ người khác để xoa dịu nỗi đau của họ. Ý thức đồng cảm chỉ là khởi đầu của toàn bộ quá trình; đó là cảm giác đồng cảm nội tại. Nó cần đi kèm với sự thể hiện bên ngoài của sự giúp đỡ và hỗ trợ. Một số người có thể đồng cảm với người khác, và họ dừng lại ngay tại đó mà không thực hiện bất kỳ hành động nào khác. Mong muốn giúp đỡ người khác giảm bớt đau khổ là một bước tích cực hơn trong quá trình này, được truyền cảm hứng từ tình yêu thương vô điều kiện. Không phải ai cũng có tình yêu thương vô điều kiện dành cho người khác, đặc biệt là những người chưa biết. Do đó, hành động giúp đỡ người khác là biểu hiện cao nhất của lòng từ bi, đòi hỏi nguồn lực tài chính, thời gian và sự hy sinh cá nhân.

Lòng trắc ẩn là mối quan hệ tương hỗ giữa hai người, và mối quan hệ này cần được vun đắp bằng tình yêu thương. Chỉ có tình yêu thương, hành động xoa dịu mới có thể được kéo dài và đạt được kết quả tích cực như mong đợi. Nếu không có tình yêu thương, hành động xoa dịu sẽ chỉ mang tính chất thỉnh thoảng và ngẫu nhiên. Các mối quan hệ giữa người với người, khi xuất hiện, sẽ giúp đỡ và khuyến khích những người kém may mắn vượt qua khó khăn và thoát khỏi hoàn cảnh sống không thể chấp nhận được của họ. Điều này đòi hỏi nỗ lực, quyết tâm và sự kiên trì. Sự giúp đỡ không thường xuyên và hời hợt sẽ không thể đạt được mục tiêu này.

Lòng trắc ẩn nên được dành cho những người kém may mắn. Họ cần được nâng đỡ. Những người có quyền lực và giàu có không bắt buộc phải có lòng trắc ẩn đối với những người kém may mắn, nhưng dưới sự dẫn dắt của tình yêu thương, họ phải dành lòng trắc ẩn cho họ. Người vô gia cư, người nhập cư và người ít học là đối tượng của lòng trắc ẩn. Là con người, những người kém may mắn nên được hưởng và nhận được nhiều hơn về giáo dục và tài chính.

Ở Mỹ, dưới thời Tổng thống George W. Bush, chủ đề về lòng trắc ẩn rất được ưa chuộng. Câu nói "Không trẻ em nào bị bỏ lại phía sau" đã được nhấn mạnh. Điều này có nghĩa là chúng ta phải thúc đẩy lòng trắc ẩn bằng cách không để bất kỳ trẻ em nào bị tụt hậu trong giáo dục. Có lẽ nhiều người nhập cư, đặc biệt là những người không có giấy tờ, không đủ khả năng cho con cái họ được học hành đầy đủ. Vì vậy, chính phủ muốn đảm bảo giáo dục đầy đủ cho tất cả trẻ em, bất kể lý lịch hay xuất thân từ đâu. Trong thời gian đó, tất cả học sinh tiểu học và trung học đều được ăn trưa miễn phí tại trường. Điều này giúp các bậc phụ huynh tập trung vào công việc và cũng giảm bớt gánh nặng tài chính. Đây chính là lòng trắc ẩn thực sự trong hành động.

Khoan dung bao gồm hai chiều kích. Chiều kích thứ nhất nghĩa là không phán xét và lên án người khác vì lỗi lầm hay hành vi sai trái của họ. Chiều kích thứ hai nghĩa là chấp nhận lối sống của người khác.

Để không phán xét người khác vì lỗi lầm hay hành vi sai trái của họ, ta cần hiểu lý do tại sao người kia sai và xem xét liệu lý do này có bất khả kháng hay không, hay lỗi lầm không phải là bản chất trong hoàn cảnh đó. Một ví dụ về lòng khoan dung là cách Thánh Don Bosco đã khoan dung với những thanh thiếu niên mà ngài nhận vào nhà. Những đứa trẻ này vô gia cư và không được giáo dục. Chúng cư xử không tốt. Hãy tưởng tượng xem chúng gây ra bao nhiêu rắc rối trong nhà ngài. Nhưng Don Bosco đã có thể giữ chúng lại với ngài và cho chúng một nền giáo dục cần thiết. Điều đó xảy ra theo cách đó bởi vì Don Bosco đã khoan dung với chúng. Ngài lập luận rằng việc chúng không được giáo dục đầy đủ không phải là lỗi của chúng. Nếu chúng không cư xử đúng mực, đó là vì chúng không biết cách nào khác tốt hơn. Theo Don Bosco, những thiệt hại mà chúng gây ra không phải là thiết yếu, và ngài có thể sửa chữa những thiệt hại đó. Lợi ích của việc giữ chúng lại lớn hơn những thiệt chúng gây ra. Don Bosco được soi sáng bởi lời Chúa, Đấng chậm giận nhưng giàu tình yêu thương (Cf. Tv 86:15).

Khi bạn thể hiện lòng trắc ẩn với người khác bằng cách đưa họ về nhà hoặc chia sẻ cuộc sống thường nhật với họ, bạn cần học cách chấp nhận lối sống của họ. Khoan dung ở đây có nghĩa là bạn đang trở thành một người dễ tính và sẵn sàng chấp nhận người khác như chính con người họ. Tất nhiên, bạn có thể cố gắng giúp họ cải thiện cuộc sống. Nhưng điều này cần được thực hiện một cách nhẹ nhàng, tôn trọng, kiên nhẫn và chấp nhận.

Để chấp nhận cách sống của người khác, chúng ta cần hiểu tại sao người khác lại sống theo cách sống của họ. Trong cuộc sống hàng ngày, lòng khoan dung là điều thiết yếu trong các mối quan hệ của chúng ta. Mọi người đến từ nhiều hoàn cảnh khác nhau và thể hiện nhiều hành vi khác nhau. Mỗi người trên trái đất này đều quen với cách sống của riêng mình. Khi những hành vi khác không giống như tôi mong đợi và hiểu biết, điều đó không có nghĩa là chúng luôn sai; chúng có thể đến từ một nền văn hóa khác. Những hành vi khác với tôi có thể làm tôi khó chịu chỉ vì tôi không biết chúng, và do đó, tôi không thể chấp nhận chúng. Để có thể khoan dung với người khác, cách tốt nhất là tìm hiểu về các nền văn hóa khác với nền văn hóa của tôi. Khi tôi có khả năng chấp nhận những người từ các nền văn hóa khác, tôi sẽ không phàn nàn về họ, mà chấp nhận họ như họ vốn có.

Lòng biết ơn và tôn kính

Chúng ta cần bày tỏ lòng biết ơn và tôn kính đúng mức đối với những người đã giúp đỡ mình. Rõ ràng, lòng biết ơn không chỉ dành cho Chúa, mà còn dành cho cha mẹ, người thân, thầy cô và ân nhân.

Trước hết, chúng ta phải tạ ơn và ngợi khen Chúa về mọi điều chúng ta nhận được, trực tiếp hay gián tiếp. Điều răn thứ nhất và thứ ba nhắc nhở chúng ta về bổn phận bày tỏ lòng biết ơn và tôn vinh Chúa. Chúng ta có thể thực hiện nghĩa vụ này bằng cách đến nhà thờ ít nhất là vào ngày Sabát (Chúa nhật) và bằng các hình thức cầu nguyện hoặc thực hành đạo đức khác.

Một số người có xu hướng than phiền. Họ than phiền về bất cứ điều gì và rất nhiều thứ. Với thói quen này, họ khó học được cách tạ ơn Chúa và tha nhân. Chúng ta nên học từ Đức Trinh Nữ Maria cách tạ ơn và ngợi khen Chúa. Bà tôn vinh Chúa và kể lại lý do cho hành động này. Trước tiên, bà nhận ra những gì Chúa đã làm cho bà. Sau đó, bà đề cập đến những gì Chúa đã làm cho tha nhân, chẳng hạn như những người khiêm nhường và đói khát, và những người kính sợ Chúa. Sau đó, bà công bố những gì Chúa đã làm cho đất nước của bà. Vâng, mỗi người có thể tạ ơn và ngợi khen Chúa vì chính mình, vì người khác, và vì đất nước của mình. Đây là cách Đức Maria bày tỏ lòng biết ơn của mình đối với Chúa:

"Linh hồn tôi ngợi khen Chúa, và thần trí tôi hớn hở trong Đức Chúa Trời, Đấng Cứu Độ tôi, vì Ngài đã đoái thương đến phận hèn của tôi tớ Ngài. Từ nay, muôn đời sẽ khen tôi có phước, vì Đấng Toàn Năng đã làm cho tôi những điều lớn lao. Danh Ngài thật chí thánh. Lòng thương xót của Ngài trải dài từ đời nọ đến đời kia, cho những ai kính sợ Ngài. Ngài đã dùng cánh tay mình thi thố những kỳ công; Ngài đã dẹp tan những kẻ kiêu ngạo trong lòng. Ngài đã hạ bệ những kẻ quyền thế khỏi ngai vàng, nhưng lại nâng cao những người khiêm nhường. Ngài đã cho kẻ đói được no đầy của ngon, nhưng lại đuổi người giàu có về tay không. Ngài đã cứu giúp Israel, tôi tớ Ngài, và nhớ lại lòng thương xót Áp-ra-ham và dòng dõi ông đến muôn đời, như Ngài đã hứa cùng tổ phụ chúng ta" (Lu-ca 1:46-55).

Khoảng một trăm năm trước, rất nhiều người đến nhà thờ, Nhà Thờ Hồi Giáo, Đền Thờ, Chùa Chiền và Giáo Đường Do Thái. Nhưng ngày nay, ở nhiều khu vực, chỉ khoảng năm đến mười lăm phần trăm dân số thế giới tham dự các buổi lễ tôn giáo của họ. Điều đó có nghĩa là nhiều người không bày tỏ lòng biết ơn của mình đối với Chúa thông qua sự hiện diện tôn giáo. Tham dự nhà thờ là một cách cụ thể và hiệu quả để bày tỏ lòng biết ơn đối với Chúa. Mọi người nên hiểu rằng chúng ta càng bày tỏ lòng biết ơn đối với Chúa, chúng ta càng nhận được nhiều hơn từ Ngài, phước lành của Ngài và các món quà khác. Ngược lại, chúng ta càng ít thể hiện lòng biết ơn đối với Chúa, chúng ta càng lạc lối trong thế giới; chúng ta xa cách Chúa và chúng ta trở nên kém hạnh phúc. Khi một người không thực hành tôn giáo của mình, họ bỏ lỡ cơ hội học hỏi và ôn lại những lời dạy của Chúa, và mất đi cơ hội kết bạn hoặc làm ấm lại tình bạn với những người khác mình thường đi nhà thờ với họ .

Chúng ta cũng mang ơn tất cả những người sống xung quanh mình, chẳng hạn như cha mẹ, người thân trong gia đình, thầy cô giáo, quan chức chính phủ, ân nhân và các nhà lãnh đạo khác trong xã hội. Những người này đã cho chúng ta rất nhiều điều tốt đẹp. Người cho thường mong đợi sự biết ơn từ người nhận. Cả người cho và người nhận đều vui mừng khi người nhận bày tỏ lòng biết ơn đối với ân nhân của mình. Điều này rõ ràng hơn khi một món quà cụ thể được trao đổi, và người nhận nói "cảm ơn" một cách rõ ràng. Nhưng khi một ân nhân làm một việc gì đó khác cho người khác, đôi khi người nhận không nhận ra điều đó và không thể hiện lòng biết ơn một cách rõ ràng. Trong trường hợp này, ân nhân có thể buồn bã. Do đó, điều quan trọng là phải học cách nhận ra những dịp được ân huệ và từ đó thể hiện lòng biết ơn kịp thời. Lòng biết ơn nên được thể hiện bằng lời nói và hành động. Bằng lời nói, chúng ta viết và nói lời cảm ơn; bằng hành động, chúng ta phục vụ và mang quà tặng đến cho mọi người.

Chúng ta tôn kính những người có địa vị cao hơn trong cộng đồng, chẳng hạn như các nhà lãnh đạo của Giáo hội và chính phủ. Hình thức tôn kính này là công bằng vì địa vị cao của họ được Chúa giao phó. Công bằng về danh dự và sự tôn trọng này bao gồm cả khía cạnh hành động và cử chỉ. Thánh Thomas nói: "Các hoàng tử và giáo sĩ, mặc dù họ độc ác, vẫn được tôn kính vì họ đứng ở vị trí của Chúa và đại diện cho cộng đồng mà họ được đặt lên… và cũng theo cách đó, cha mẹ và chủ nhân nên được tôn kính vì họ có một phần phẩm giá của Chúa là Cha và Chúa của tất cả" (Summa Theologica, IIa. IIae, 63. 3) Chúng ta tôn kính những người này vì địa vị đáng kính của họ, mặc dù chúng ta có thể không đồng tình với cách sống của họ.

Công bằng không có nghĩa là chúng ta phải dành cho tất cả mọi người ở mọi tầng lớp xã hội sự tôn trọng và kính trọng như nhau. Ngược lại, người có địa vị cao hơn xứng đáng được tôn trọng hơn. Danh dự không chỉ bao gồm lời nói tôn trọng và khen ngợi mà còn bao gồm cả cử chỉ và hành động. Những người có địa vị cao hơn chiếm vị trí danh dự trong các buổi tiệc và buổi lễ cộng đồng. Họ cũng nhận được những món quà chất lượng cao hơn. Tên của họ được nhắc đến đầu tiên trong các bài phát biểu trước công chúng.

Một số người hiểu sai khái niệm quyền bình đẳng trong xã hội loài người và cho rằng chúng ta không cần phải tôn trọng người khác, và nếu chúng ta tôn trọng người khác, chúng ta đã vi phạm chuẩn mực quyền bình đẳng. Họ không hiểu rằng quyền bình đẳng ủng hộ sự tôn trọng dành cho những người ở cấp độ cao hơn trong xã hội và cộng đồng. Theo các tiêu chuẩn tự nhiên, những người ở vị trí cao hơn trong xã hội và cộng đồng xứng đáng được người khác tôn trọng và kính trọng.

Thiếu tình yêu: Ghen tị, đố kỵ và buôn chuyện

Trong bảy tội lỗi chết người (kiêu ngạo, tham lam, ghen tị, giận dữ, dâm dục, tham ăn, lười biếng), ghen tị là kẻ thù của đức hạnh yêu thương. Ghen tuông rất liên quan đến đố kỵ, trong khi buôn chuyện là sản phẩm tiêu cực của ghen tị.

Chúng ta thường nghĩ rằng trái ngược với tình yêu là thù hận. Trên đời này có thù hận, nhưng không mấy ai thực sự nuôi dưỡng thù hận trong lòng. Hành vi chống đối tình yêu phổ biến nhất là ghen tị. Khi một người ghen tị với một người khác, anh ta không hề yêu thương người đó mà chỉ mong muốn điều không may cho người đó.

Có nhiều hướng dẫn đến sự ghen tị, chẳng hạn như giữa vợ chồng, bạn bè, đồng nghiệp và những người không liên quan. Khi một người ghen tị, họ trở nên bất mãn và than phiền với người khác. Nguyên nhân của sự ghen tị là lòng tham hoặc mong muốn nhận được nhiều hơn một công trạng. Một người có điều kiện tốt hơn cũng có thể ghen tị với những người có điều kiện kém hơn mình. Một người ghen tị không biết cách trân trọng những gì mình đang có.

Sự ghen tị giữa vợ chồng hoặc những người đang yêu bắt nguồn từ xung đột về quyền giao tiếp. Một người có thể trở nên ghen tị khi vợ/chồng mình tiếp xúc với người khác. Trong hôn nhân, có một sự hiểu lầm khi một bên nghĩ rằng vợ/chồng mình hoàn toàn thuộc về mình, và sự thuộc về này loại trừ mọi quyền giao tiếp với bên thứ ba. Tuy nhiên, một mối quan hệ hôn nhân lành mạnh nên cho phép giao tiếp rộng rãi hơn, ngoài phạm vi giữa hai vợ chồng. Có một giới hạn về mức độ giao tiếp với bên thứ ba, và giới hạn này rất tế nhị. Vợ/chồng cần thống nhất về giới hạn này. Ai có thể quyết định, và mức độ giao tiếp ngoài hôn nhân phù hợp là bao nhiêu? Mức độ giao tiếp phụ thuộc vào trình độ học vấn, bản chất hay văn hóa của một người? Chuẩn mực của một nền văn hóa đôi khi có sai lệch không? Liệu có nên áp dụng cùng một chuẩn mực cho tất cả mọi người, hay mỗi người mỗi khác? Tất cả những câu hỏi này cần được tất cả các cặp đôi thảo luận và giải quyết để tránh ghen tị. Một trong những hệ quả của tình yêu đích thực là làm cho người kia hạnh phúc. Đối với một số người, giao tiếp ngoài hôn nhân là nền tảng cho hạnh phúc. Khi một trong hai người vợ/chồng cấm người bạn đời của mình giao tiếp với người khác, hạnh phúc sẽ bị tước mất.

Ghen tị giữa bạn bè là một thái độ phổ biến và đáng chê trách. Bạn bè hiểu rõ nhau và thường so sánh nhau về địa vị và tài sản. Tuy nhiên, mặc dù có một mức độ yêu thương nhất định giữa bạn bè, tại sao họ vẫn ghen tị với nhau? Câu trả lời là một người ghen tị không hài lòng với tài sản hoặc địa vị của mình, và gốc rễ của sự bất hạnh này là lòng tham. Lòng tham khiến một người khao khát nhiều hơn, và sẽ không bao giờ là đủ đối với họ.

Sự ghen tị giữa các đồng nghiệp thường liên quan đến mức lương của họ hoặc cách người quản lý đối xử với họ khác biệt, có thiện chí hay không. Các đồng nghiệp thường biết nhau. Họ mong đợi được tôn trọng và mức lương tương ứng. Nhưng một công nhân có thể đánh giá sai mức độ chính xác trong những gì anh ta nhận được từ công việc. Đây là một ví dụ hay: "Lúc năm giờ chiều vào thời điểm cuối ngày, ông chủ trả cho tất cả mọi người cùng một số tiền lương của một ngày làm việc. Nhưng những người bắt đầu làm việc lúc sáu giờ sáng bắt đầu phàn nàn rằng họ nên được trả lương cao hơn những người đến sau. Nhưng ông chủ khiển trách họ, nói rằng họ ghen tị trong khi ông có lòng hào phóng" (Cf. Mt 20: 1-16a). Một người có thể ghen tị khi thấy một công nhân khác kiếm được nhiều hơn mức anh ta đáng được hưởng nhờ lòng hào phóng của ông chủ.

Đặc điểm của sự ghen tị là sự bất hạnh. Sự bất hạnh này có thể không khiến chúng ta làm hại những người giàu có hơn mình, nhưng nó có thể làm tổn thương chính chúng ta. Trước hết, bất hạnh khiến chúng ta bất mãn với chính mình. Khi một người không hài lòng, họ sẽ ảnh hưởng đến những người xung quanh. Vô tình, họ có thể trở nên cáu kỉnh. Họ có thể trở nên đố kỵ hơn với bất kỳ ai giỏi hơn mình. Nói cách khác, chúng ta có thể nói rằng ghen tị là một hiệu ứng domino: ghen tị gây ra nhiều ghen tị, và bất hạnh gây ra nhiều bất hạnh hơn. Do đó, câu hỏi đặt ra là làm thế nào để loại bỏ sự ghen tị.

Để loại bỏ sự ghen tị như là nguyên nhân của bất hạnh, chúng ta cần tự nhủ rằng mình hài lòng với những gì mình đang có. Một số người có thể không đồng tình với phương pháp này và cho rằng làm sao người ta có thể hạnh phúc chỉ với một chút gì đó mình đang có: mình nghèo hơn người khác; xe của mình cũ hơn, v.v. Tuy nhiên, thực tế là tất cả chúng ta đều muốn có nhiều hơn, và dường như chúng ta không bao giờ có đủ và luôn cảm thấy rằng mình nên có nhiều hơn. Nguyên tắc là người ta cần có những thứ cơ bản trong cuộc sống. Một số người có thể hỏi những thứ cơ bản của cuộc sống con người là gì. Mức sống, theo mức độ hạnh phúc, khác nhau giữa các quốc gia. Nhưng có lẽ nhà ở và thực phẩm là những thứ cơ bản ở khắp mọi nơi; sau đó, phương tiện đi lại và giải trí là theo sau. Ở một quốc gia đang phát triển, hai thứ đầu tiên là những thứ cơ bản, trong khi ở một quốc gia phát triển, hai thứ sau cũng là cần thiết.

Còn mong muốn có một chiếc xe đẹp hơn xe của hàng xóm thì sao? Liệu đây có phải là suy nghĩ tiêu cực không? Mong muốn như vậy là bình thường. Ai cũng có những mong muốn như vậy. Chúng ta muốn giàu có hơn, có nhiều thứ tốt đẹp hơn mà mình chưa có. Không sao cả, miễn là chúng ta không cảm thấy bất hạnh khi có một điều ước. Đôi khi, một điều ước tốt đẹp có thể thúc đẩy và truyền cảm hứng cho chúng ta làm việc chăm chỉ hơn, sáng tạo hơn để có được một cuộc sống tốt đẹp hơn.

Đố kị còn tệ hơn cả ghen tị. Nó bao gồm cả sự tức giận và buồn bã. Một người đố kị có cảm giác oán giận người khác vì người đó có cuộc sống tốt hơn. Anh ta không hạnh phúc và buồn bã trong chính mình, điều này bắt nguồn từ sự oán giận. Anh ta buồn bã và tức giận vì anh ta đổ lỗi cho ai đó, có thể là Chúa, người khác, hoặc thậm chí là chính mình. Một người đố kị có thể gây ra tổn hại lớn cho chính mình. Người đố kị này cũng có thể gây hại cho người khác, đặc biệt là đối tượng của sự đố kị. Nỗi buồn đè bẹp người đang gây ra đố kị và cả người bị đố kị.

Buôn chuyện thường là hậu quả của sự ghen tị và ghen ghét. Khi một người trong cộng đồng không ưa một người có hoàn cảnh tốt hơn, họ muốn hạ bệ người đó bằng cách hạ thấp danh tiếng của người đó thông qua việc buôn chuyện. Thông tin từ việc buôn chuyện có thể đúng hoặc sai. Tuy nhiên, việc lan truyền thông tin tiêu cực bất chấp sự thật với mục đích làm tổn hại danh tiếng của người khác luôn bị nghiêm cấm.

Tại sao một người lại buôn chuyện? Có hai lý do. Thứ nhất, người đó tự ti và thiếu tự tin. Cô ấy không tin tưởng vào bản thân, không hài lòng với chính mình và những gì mình đang có. Cô ấy so sánh mình với người khác và thấy rằng người kia tốt hơn mình. Hoặc thứ hai, có sự không ưa hoặc thù ghét ở người đó. Cảm giác không ưa hoặc thù ghét này có thể bắt nguồn từ một trải nghiệm quá khứ trong một mối quan hệ, và sự tha thứ chưa bao giờ được trao đi. Giờ đây, buôn chuyện giống như một hình thức trả thù. Cô ấy muốn làm tổn thương người mà cô ấy không ưa hoặc ghét. Cô ấy muốn hủy hoại người đó.

Ghen tị, đố kỵ và buôn chuyện là những cảm xúc của một người đối với người khác, thường xảy ra trong đời sống cộng đồng, giữa các thành viên trong một gia đình họ hàng hoặc một cộng đoàn giáo xứ. Ghen tị là sản phẩm tiêu cực khi một người không làm được một việc hoặc không có các điều mình ước muốn, trong khi những người khác làm được và có những điều này. Đố kị còn tệ hơn ghen tị vì nó cũng bao gồm các cảm xúc tiêu cực như tức giận và buồn bã. Do đó, đố kị có thể khiến một người dùng đến những hành động bất công đối với người khác. Buôn chuyện là việc lan truyền thông tin tiêu cực về người khác; thông tin có hại có thể đúng hoặc không đúng, nhưng nó luôn gây ra thiệt hại cho người khác. Ghen tị, đố kỵ và buôn chuyện luôn mang lại bất hạnh cho tất cả các bên liên quan và gây thiệt hại cho gia đình và cộng đồng.

CHƯƠNG SÁU
Công Lý

Công lý là gì?

Công lý (Δικαιοσύνη) "là nhân đức luân lý bao hàm ý chí kiên trì và vững chắc muốn trả lại những gì thuộc về Thiên Chúa và tha nhân. Công lý đối với Thiên Chúa được gọi là nhân đức tôn giáo. Công lý đối với con người giúp con người tôn trọng quyền lợi của mỗi cá nhân và thiết lập trong các mối quan hệ giữa người với người sự hòa hợp, thúc đẩy sự công bằng giữa con người với nhau và vì lợi ích chung." (GLHTCG 1807).

Công lý có hai hướng: hướng dọc và hướng ngang. Theo hướng dọc, mỗi con người có bổn phận thờ phượng và tạ ơn Chúa vì Ngài đã tạo dựng nên họ và ban cho họ mọi điều họ cần trong cuộc sống. Chúa tạo dựng mỗi người chúng ta (cha mẹ sinh ra chúng ta). Trong việc tạo dựng mỗi người, Chúa cũng ban cho họ mọi điều họ cần trong cuộc sống. Đây là lý do tại sao mỗi người cần thờ phượng Chúa, tạ ơn và ngợi khen Ngài.

Trong đại dịch COVID-19 năm 2020, một bệnh nhân 83 tuổi phải thở máy. Ông hồi phục sau 21 ngày và nhận được hóa đơn 14.700 đô la. Ông không đủ khả năng chi trả hóa đơn này và nói rằng nếu tôi phải trả số tiền này cho hơi thở của mình chỉ trong 21 ngày, thì tôi nợ Chúa bao nhiêu cho 83 năm hít thở không khí mà Ngài ban cho tôi? Bảy trăm đô là mỗi ngày; tức là 14.206.500 đô la. Tất nhiên, tôi không thể trả số tiền này. Tuy nhiên, Chúa chỉ muốn tôi bày tỏ lòng biết ơn của mình với Ngài. Mỗi khoảnh khắc chúng ta thở, chúng ta cần tạ ơn Chúa và thờ phượng Ngài.

Thờ phượng và cảm tạ Chúa là bổn phận của mỗi con người. Việc này cần thời gian và công sức, nhưng chúng ta không nên cảm thấy đây là gánh nặng, mà là một sở thích. Lòng biết ơn của chúng ta đối với Chúa khiến chúng ta hạnh phúc. Càng bày tỏ lòng biết ơn với Chúa, Ngài càng ban phước cho chúng ta, và chúng ta càng trở nên hạnh phúc hơn.

Có nhiều nơi để mọi người tạ ơn và ngợi khen Chúa, chẳng hạn như ở nhà, trong sa mạc, bên bờ sông, v.v. Nhưng thờ phượng Chúa là một hình thức khác để thực thi công lý cho Chúa. Chúng ta thường gọi Nhà thờ và giáo đường Do Thái, v.v. là những nơi thờ phượng. Điều này có nghĩa là mọi người nên đến nhà thờ và giáo đường Do Thái để thờ phượng Chúa. Nhưng ngày nay, nhiều người không đến nhà thờ, đặc biệt là khi họ không gặp vấn đề gì. Chỉ khi gặp khó khăn nghiêm trọng, họ mới đến cầu xin Chúa giải quyết, chứ không phải để thờ phượng Ngài.

Theo chiều ngang, mỗi người có bổn phận đối với các tổ chức và cá nhân trên thế giới. Mọi thành viên của cộng đồng, dù là gia đình, Giáo hội hay xã hội, đều có bổn phận đóng góp cho sự nghiệp công lý. "Cách tốt nhất để chu toàn nghĩa vụ công lý và tình yêu của mình là đóng góp cho công ích theo khả năng của mình và nhu cầu của người khác" (GS 30). Giáo hội Công giáo cũng dạy rằng tất cả các

Kitô hữu nên tham gia tích cực hơn vào việc xây dựng xã hội thông qua sự đóng góp tích cực của họ: "Những Kitô hữu tích cực tham gia vào tiến bộ kinh tế và xã hội hiện đại và trong cuộc đấu tranh cho công lý và bác ái phải xác tín rằng họ có nhiều đóng góp cho sự thịnh vượng của nhân loại và cho hòa bình thế giới" (GS 72). Có ba loại công lý theo chiều ngang: Công lý cộng đồng, Công lý phân phối và Công lý pháp lý.

Công lý cộng đồng

Trong công lý này, mỗi cá nhân đều có bổn phận đối với các thành viên khác trong cộng đồng, trong gia đình, Giáo hội và đất nước. Họ có trách nhiệm phục vụ phúc lợi chung. Trong văn hóa phương Tây, thứ tự ưu tiên bao gồm: Chúa trước, sau đó là gia đình, tiếp theo là Giáo hội và cuối cùng là đất nước. Tuy nhiên, trong văn hóa Viễn Đông, đất nước đứng thứ hai sau Chúa, tiếp theo là Giáo hội và cuối cùng là gia đình.

Đây là mối quan hệ giữa các cá nhân. Mỗi người không tồn tại đơn độc, như một hòn đảo biệt lập, không quan tâm đến những hòn đảo lân cận. Nhưng con người sống trong mối quan hệ với nhau. Đời sống quan hệ của mỗi người khiến họ cảm thấy mình thuộc về cộng đồng và xã hội. Thật vậy, mỗi người có một tính cách riêng biệt do họ sống trong mối quan hệ với người khác. Vì vậy, chúng ta có thể nói rằng sống là sống trong một mối quan hệ. Đời sống quan hệ này đòi hỏi mỗi người phải hoàn thành trách nhiệm của mình đối với người khác. Công lý cộng đồng đòi hỏi mỗi cá nhân phải đền đáp và gìn giữ những gì người kia xứng đáng được hưởng.

Thánh Tôma Aquinô định nghĩa công lý là lối sống khi một người trao cho người khác những gì thuộc về mình (Summa Theologica II, II, 58, 1). Một ví dụ cụ thể: khi tôi thuê một người thợ mộc đóng bàn cho tôi, tôi có nghĩa vụ trả công cho anh ta theo đúng hợp đồng đã ký kết với anh ta.

Ngoài quyền được thỏa thuận giữa hai bên, còn có một quyền khác trong công lý, xuất phát từ quyền con người. Quyền con người có nghĩa là một con người có quyền chính đáng vì họ là một con người. Nói cách khác, khi Chúa tạo ra một người, người này có một số quyền, chẳng hạn như quyền được sống và quyền tự do ngôn luận. Do đó, nếu một đứa trẻ chưa chào đời được coi là một con người, thì đứa trẻ chưa chào đời này cũng có những quyền con người giống như những đứa trẻ khác.

Công lý khác với tình yêu. Khi yêu, chúng ta trao tặng những điều tốt đẹp cho người khác một cách tự nguyện, không ràng buộc hay hứa hẹn; trong công lý, chúng ta phải trao tặng hoặc đền đáp cho người khác những điều tốt đẹp theo đúng thỏa thuận; đây là một nghĩa vụ. Một hành động có thể là hành động của tình yêu, của công lý, hoặc cả tình yêu lẫn công lý. Khi một người cha nuôi dạy con cái bằng sự tận tụy, đó là một hành động của cả tình yêu lẫn công lý.

Khi một người vô tình lấy đi một số thứ tốt đẹp của người khác, đây là một hành vi bất công, ngay cả khi người đó không có ý định vi phạm công lý. Tuy nhiên, người đó có thể phải khắc phục thiệt hại. Khi một người xúc phạm danh dự hoặc tài sản của người khác, họ cần phải đền bù lại. Cướp bóc và gian lận là những hành vi vi phạm công lý cộng đồng.

Trên thực tế, trong từng khoảnh khắc, hành động hay lời nói của chúng ta đều sẽ ảnh hưởng đến người khác. Vì vậy, chúng ta cần thận trọng trong lời nói và hành động để không làm mất lòng người khác. Công lý cộng đồng cũng bao gồm lời khen ngợi và hành động biết ơn. Thiếu lời khen ngợi hay biết ơn đồng nghĩa với thiếu công lý. Để có được công lý cộng đồng hoàn hảo, mỗi thành viên trong cộng đồng phải là một công dân tốt bằng cách hoàn thành trách nhiệm công dân của mình, bất chấp sự thiếu sót trong việc hình thành nhân cách thông qua việc học hỏi các đức tính.

Công lý phân phối

Nguyên tắc công bằng chi phối việc phân phối điều tốt đẹp cho mỗi người theo những gì xứng đáng. Theo nguyên tắc này, gia đình, Giáo hội và chính quyền dân sự nên cung cấp cho các thành viên của mình những nhu cầu cơ bản cho cuộc sống. Các tổ chức này có nghĩa vụ đối với các thành viên của mình, trao cho họ quyền và lợi ích theo vai trò của họ. Công bằng phân phối không có nghĩa là tất cả các thành viên đều nhận được lợi ích như nhau. Nó cũng không có nghĩa là mỗi thành viên đều có quyền nhận bất cứ điều gì họ muốn, nhưng có nghĩa là mỗi người có thể nhận được công bằng theo năng lực và vị trí của mình trong cộng đồng. Do đó, những người giữ chức vụ cao hơn hoặc có nhiều tài năng hơn sẽ nhận được nhiều hơn. Điểm chính trong công bằng phân phối này là các tổ chức có nghĩa vụ thích đáng đối với các thành viên của mình. Trong công bằng phân phối, những người giữ vai trò lãnh đạo phải tôn trọng các quyền cơ bản và thiết yếu của mỗi cấp dưới, bao gồm quyền được sống, quyền tự do và quyền được chăm sóc sức khỏe. Những quyền cơ bản này bao gồm việc cung cấp tài sản, thực phẩm, quần áo, nhà ở, giáo dục và phương tiện đi lại, v.v.

Trong gia đình, cha mẹ có trách nhiệm với con cái và con cái có trách nhiệm với cha mẹ già. Trẻ em dưới tuổi trưởng thành cần được cha mẹ chăm sóc chu đáo về giáo dục, nuôi dưỡng và an ninh. Cha mẹ già xứng đáng được con cái yêu thương và chăm sóc. Ở một số nền văn hóa, con cái đưa cha mẹ già vào viện dưỡng lão và tin rằng mình đã hoàn thành nghĩa vụ đối với cha mẹ. Tuy nhiên, họ nên biết rằng việc đưa cha mẹ già vào viện dưỡng lão thôi là chưa đủ để tôn vinh và chăm sóc họ cả về thể chất lẫn tinh thần. Họ mong đợi con cái thường xuyên đến thăm để chia sẻ cảm xúc và tình cảm của mình. Do đó, nếu con cái không thường xuyên đến thăm cha mẹ già tại viện dưỡng lão, họ bị coi là không thực hiện nghĩa vụ phân phối tài sản đối với cha mẹ.

Giáo quyền phải cho phép tín hữu những gì Chúa ban cho họ, chẳng hạn như quyền cử hành và lãnh nhận các bí tích. Giáo quyền phải đảm bảo rằng các linh mục và tu sĩ có thể thực hiện các quyền và bổn phận nội tại của họ theo vai trò của họ trong Giáo hội. Trong hai ngàn năm, tất cả các linh mục đều được thụ phong cho Chúa Kitô và có quyền cử hành Thánh lễ trên thế giới. Ngay cả ngày nay, Châu Âu, Châu Á, Châu Phi và Nam Mỹ vẫn tiếp tục tôn trọng quyền cơ bản này. Ngoại trừ Hoa Kỳ, một linh mục không được đồng tế Thánh lễ bên ngoài giáo phận của mình trừ khi ngài xuất trình một lá thư xác nhận tư cách tốt do giám mục của mình cung cấp. Đây là lúc truyền thống hai ngàn năm trong Giáo hội hoàn vũ bị phá vỡ tại Hoa Kỳ. Trong trường hợp này, chúng ta đặt ra câu hỏi liệu các quyền cơ bản của linh mục có bị tước bỏ hay không, trái với nguyên tắc công bằng phân phối. Khi một linh mục được thụ phong, ngài được coi là một linh mục tư cách tốt cho đến khi được chứng minh ngược lại, nhưng tại sao ngài không được coi là như vậy khi ngài ở bên ngoài giáo phận của mình? Việc yêu cầu một linh mục phải có thư xác nhận tư cách tốt mới được đồng tế Thánh lễ ngoài giáo phận là một trở ngại đối với nhiều linh mục trong việc chu toàn trách nhiệm linh mục phổ quát của mình. Ngày nay, nhiều linh mục được mời đồng tế Thánh lễ cưới hoặc an táng ngoài giáo phận của mình, nhưng do yêu cầu phải có thư xác nhận tư cách tốt, họ không muốn đến. Nhiều linh mục khác đến từ các quốc gia khác không biết đến yêu cầu này và không có thư này trong tay; do đó, họ không được phép đồng tế

Thánh lễ tại Bàn thờ, mà phải ngồi chung hàng ghế với giáo dân.

Chính quyền dân sự có trách nhiệm bảo đảm an ninh, phúc lợi xã hội, nhân quyền, tự do cho công dân. Với công lý phân phối, công dân có quyền tự do đi lại trong nước. Mỗi người trên thế giới sinh ra đều có phẩm giá và được coi là có địa vị tốt. Để có công lý phân phối tốt hơn, các nhà lãnh đạo phải là những người tốt, có phẩm chất đạo đức. Khi không thực hiện được công lý phân phối, có thể là do các nhà lãnh đạo không hiểu được bản chất và nguyên tắc của chủ thể công lý này, hoặc do họ không có tấm lòng tốt do thiếu phẩm chất đạo đức. Khi các nhà lãnh đạo không phải là những cá nhân tốt, họ sẽ không có khả năng đối xử với người khác và cấp dưới bằng thái độ tốt, tử tế và công bằng.

Công lý pháp lý

Công lý tư pháp hàm ý cách luật pháp được diễn giải và áp dụng đúng đắn. Những người có vị trí và trách nhiệm thực thi luật pháp phải có tinh thần công lý. Điều gì dẫn dắt họ thực hành công lý một cách đúng đắn? Đó là một sức sống vị tha. Họ phải cân nhắc đến nhu cầu và lợi ích của người khác. Họ phải đảm bảo rằng người khác không mất đi bất cứ điều gì họ có quyền được nhận. Họ nên đối xử với mọi người một cách rộng lượng. Kinh Thánh dạy chúng ta cách đối xử công bằng với mọi người: "Chớ làm sai lệch công lý; chớ thiên vị người nghèo hay thiên vị người quyền thế; nhưng hãy xét đoán người lân cận mình cách công bằng" (Lê-vi Ký 19:15). "Hỡi người làm chủ, hãy đối xử đúng đắn và công bằng với các tôi tớ mình, vì biết rằng anh em cũng có một Chủ ở trên trời" (Cô-lô-se 4:1).

Nguyên tắc của công lý pháp lý là phân phối của cải vật chất và giá trị đạo đức cho mỗi người theo đúng quyền lợi của họ. Các giá trị đạo đức bao gồm sự tôn trọng, quan tâm, lòng tốt và thiện chí đối với người khác. Những giá trị đạo đức này sẽ bị xói mòn khi có những hành vi tiêu cực, chẳng hạn như thiên vị, phân biệt đối xử, hoặc phóng đại, v.v. Trong hệ thống tư pháp này, những người thực thi pháp luật phải cân nhắc thận trọng tất cả các hoàn cảnh của mỗi cá nhân đang bị thẩm vấn, cùng với quyền được nhận và cho của họ.

Từ năm 2025, chính phủ Hoa Kỳ đã trục xuất nhiều người nhập cư bất hợp pháp. Đây là một trường hợp. Một cô gái trẻ 26 tuổi, đã làm quản lý tại một trung tâm chế biến thực phẩm trong tám năm ở California. Cô sinh ra ở một quốc gia khác ở Nam Mỹ, và không có thị thực visa, cô theo cha mẹ đến Hoa Kỳ khi mới mười bốn tuổi. Tại Hoa Kỳ, cô đến Nhà thờ và trường học như bao đứa trẻ khác. Tuổi thơ của cô thật tươi đẹp, và cô rất thích các mối quan hệ với bạn bè đồng trang lứa. Cô đã xây dựng mối quan hệ gắn bó với những người khác ở trường và trong Nhà thờ. Khi học Trung học, cô đã tình nguyện tham gia các hoạt động xã hội và được công nhận là một trong những nhà hoạt động xã hội tích cực nhất. Cô đã nhận được nhiều giải thưởng trong các sự kiện công cộng cùng với bằng khen ngợi từ các cơ quan chính quyền địa phương và trường học. Sau khi tốt nghiệp Trung học, cô đã làm việc tám năm tại cùng một trung tâm chế biến thực phẩm ở thị trấn của mình cho đến nay. Ba năm trước, cô đã được thăng chức lên làm quản lý.

Cô đã đóng thuế theo đúng luật pháp. Cuộc sống của bà rất tốt đẹp, không có bất kỳ biến cố nào. Cô nhận được tình yêu thương và sự tôn trọng từ bạn bè, hàng xóm, đồng nghiệp và giáo dân. Cô tin tưởng mạnh mẽ rằng mối quan hệ mà cô và những người khác đã cùng nhau xây dựng là vĩnh cửu. Nhưng giờ đây, mối quan hệ này có thể bị phá vỡ nếu cô bị trục xuất.

Cô gái trẻ này đã đóng góp vào việc xây dựng xã hội Hoa Kỳ bằng việc làm, thuế, kiến thức và trên hết là sự hiện diện cá nhân của cô. Sự hiện diện của cô như một con người đã tạo nên dấu ấn sâu sắc và rõ ràng trong khu phố, Nhà thờ, thị trấn và xã hội. Cô coi đất nước của mình là Hợp chủng quốc Hoa Kỳ. Mối quan hệ mà cô đã xây dựng với những người khác là một tương quan tốt giữa những con người. Những người có quốc tịch Hoa Kỳ đang sống trong tương quan gắn bó với cô có thể mất đi mối quan hệ này nếu cô phải rời khỏi đất nước! Họ sẽ cảm thấy bị xúc phạm nếu mối quan hệ của họ bị phá vỡ, bị mất đi tương quan tốt đẹp và những kỷ niệm mà họ đã ghi dấu trong khu vực. Các tác động về mặt tài chính và xã hội mà cô đã đóng góp cho đất nước không được thừa nhận. Nhưng đây chỉ là nỗi sợ hãi hiện tại. Họ hy vọng rằng cô sẽ có thể ở lại đất nước này cho đến hết đời.

Công lý xã hội

Công bằng xã hội theo truyền thống có nghĩa là thúc đẩy phát triển kinh tế, xã hội và xóa đói giảm nghèo. Công lý có nghĩa là bảo vệ điều đúng đắn. Trong tiếng Anh, chúng ta thường dùng hai thuật ngữ "just" và "right" cùng nhau, và nói, ví dụ, "that is just right" (điều đó hoàn toàn đúng). "Justice" là danh từ, và trạng từ của nó là "just". Trạng từ "just" có nghĩa là "right" (điều đúng đắn). Điều gì đúng đắn thì đúng (không sai).

Bảo vệ điều đúng đắn bao gồm tôn trọng nhân quyền và những gì thuộc về người khác. Bảo vệ điều đúng đắn cũng bao hàm việc làm điều đúng đắn cho bản thân và cho người khác. Do đó, trước hết, công lý đòi hỏi chúng ta phải bảo vệ sự sống con người của người khác cùng với danh tiếng và tài sản của họ: "Tôn trọng con người tiến triển bằng cách tôn trọng nguyên tắc rằng 'mọi người phải coi người lân cận của mình, không ngoại lệ, như một chính mình khác', trên hết là phải quan tâm đến sự sống của họ và những phương tiện cần thiết để sống một cách xứng đáng" (GLCG 1931). Thứ hai, khía cạnh công lý bao hàm việc tích cực làm những gì cần phải làm để thúc đẩy những gì là chính đáng cần thiết cho bản thân và cho người khác. Lười biếng là một tội chống lại công lý.

Công bằng xã hội cũng bao gồm việc tạo ra công lý trong xã hội. Vấn đề là làm thế nào chúng ta có thể đạt được mục tiêu này: làm thế nào chúng ta có thể tạo ra một xã hội công bằng? Nhiều người, bao gồm cả các nhà lãnh đạo, nói về bình đẳng chủng tộc và công bằng xã hội. Họ chỉ ra khoảng cách thu nhập để chứng minh quan điểm của mình. Họ muốn nói rằng nếu khoảng cách thu nhập này được thu hẹp, có lẽ bằng không, thì sẽ có công lý. Tuy nhiên, công bằng xã hội rộng hơn nhiều so với bình đẳng thu nhập.

Như đã nói ở trên, công bằng nghĩa là bảo vệ những gì mỗi người nên nhận được hoặc sở hữu. Do đó, lương là công bằng khi một người được trả theo công sức của họ. Công sức là thu nhập theo năng lực của một người. Nói cách khác, không thể có mức lương ngang nhau cho tất cả mọi người ở các ngành nghề khác nhau. Tuy nhiên, cần phải có mức lương ngang nhau cho tất cả mọi người trong cùng một lĩnh vực và với cùng trách nhiệm. Công bằng không chỉ đơn thuần là công bằng kinh tế. Nó còn hơn thế nữa, nó liên quan đến công bằng đạo đức.

Nếu công lý là về việc bảo vệ và làm điều công bằng, thì nó là về điều gì đúng và điều gì sai trong tầm nhìn đạo đức. Công lý trước hết có nghĩa là tránh bất công, đặc biệt là bạo lực, bao gồm bạo lực của cảnh sát, sử dụng vũ lực quá mức và bạo lực dân sự. Trong một số cuộc biểu tình, đã có những cuộc bạo loạn trong đó một số hoặc nhiều người biểu tình đã phá hủy hoặc đốt tài sản của người dân, bao gồm cả xe cảnh sát. Việc đốt xe và tài sản gây thiệt hại cho hệ sinh thái, làm ô nhiễm không khí mà mọi người, bao gồm cả trẻ em vô tội, người biểu tình và những kẻ bạo loạn hít thở. Đây là một hành động bất công không chỉ đối với những người vô tội mà còn đối với chính những kẻ bạo loạn. Tất nhiên, những kẻ bạo loạn không nhận thức được rằng đây là hành động sai trái mà họ đã thực hiện và nó đã gây ra bầu không khí không trong lành cho chính họ. Nhưng quan trọng hơn, những tài sản này thuộc về người khác cần được bảo vệ.

Trong những vụ việc biểu tình này, dường như có mối liên hệ mật thiết giữa người biểu tình và những kẻ gây rối. Nhiều người gọi đây là biểu tình bạo loạn. Điều này có thể bị hiểu sai vì nhiều người biểu tình ôn hòa. Đúng vậy, phần lớn người biểu tình đều ôn hòa. Tuy nhiên, có lẽ nhiều người biểu tình tốt bụng đã có ý định tốt và chính đáng để đòi công lý, nhưng họ đã bị lừa dối trong cuộc biểu tình, và họ không thể phản ứng đúng đắn. Họ mù quáng tham gia với những kẻ gây rối để phá hoại, đốt phá và cướp bóc tài sản của người khác.

Về mặt pháp lý, những kẻ bạo loạn này đáng bị truy tố, nhưng về mặt đạo đức, chúng ta có thể tha thứ cho họ. Chúng ta cũng cần phân biệt giữa biểu tình và bạo loạn. Chúng ta cần nhớ rằng biểu tình chống lại một hệ thống bất công không phải là sai, nhưng bạo loạn chống lại người khác và tài sản của họ là sai. Tại sao một số người biểu tình ôn hòa lại mù quáng đi theo những kẻ bạo loạn? Câu trả lời là bởi vì nhiều người vẫn còn thiếu sự hình thành nhân tính, họ không thể hiểu được công lý thực sự là gì.

Giữ gìn công lý cũng có nghĩa là tránh gây bất công cho người khác. Ta có thể gây bất công cho người khác bằng cách gây tổn hại đến tính mạng, tài sản và danh tiếng của họ. Đây là một bất công cộng đồng mà những người trong cùng một cộng đồng gây ra cho các thành viên khác. Rất thường xuyên, chúng ta vô tình góp phần vào bất công cộng đồng mà chúng ta phải gánh chịu, và không nhận ra rằng chính chúng ta cũng đang chủ động góp phần vào điều đó.

Ngôn ngữ tiêu cực, chẳng hạn như nói xấu và hạ thấp người khác, có thể gây ra bất công và tổn thương lớn cho người khác. Thánh Phaolô nói: “Đừng bao giờ thốt ra lời độc ác; hãy chỉ nói những điều tốt đẹp mà người ta cần nghe; những điều thực sự giúp ích cho họ. Đừng làm gì làm buồn lòng Chúa Thánh Thần, Đấng đã được ấn chứng cho ngày cứu chuộc. Hãy loại bỏ mọi cay đắng, mọi đam mê, tức giận, mọi lời cay nghiệt, mọi lời nói vu khống và mọi điều độc ác. Thay vào đó, hãy đối xử tốt với nhau, thương xót và tha thứ cho nhau, như Thiên Chúa đã ban cho anh em trong Đức Kitô" (Êphêsô 4:29-32).

Việc đào tạo con người rất quan trọng đối với công lý. Điều thiết yếu là đào tạo con người về cách giữ gìn mọi điều đúng đắn, tôn trọng người khác như những con người, và tránh gây đau khổ hoặc tổn hại cho người khác. Với việc đào tạo con người, con người sẽ học được tầm quan trọng của việc bảo vệ tài sản của người khác, bảo vệ và vun đắp môi trường tự nhiên trên thế giới, tránh làm điều sai trái và nói xấu người khác, tôn trọng ý kiến của người khác, và cũng như làm việc và cống hiến hết mình cho xã hội. Đào tạo con người cũng bao gồm một nền giáo dục đại học cơ bản. Việc có bằng đại học là điều cần thiết để thành công trong xã hội ngày nay và từ đó góp phần thực hiện công bằng xã hội. Chương trình giảng dạy đại học nên bao gồm một số khóa học về đào tạo con người.

Về cơ bản, Công lý là kết quả của sự hình thành nhân cách. Công lý đòi hỏi việc hình thành nên những cá nhân đúng đắn và công bằng. Một khi cá nhân đúng đắn và công bằng, họ sẽ tránh làm và nói điều gì sai trái với người khác, đồng thời chủ động làm và nói những điều tốt đẹp cho bản thân và người khác. Những cá nhân công bằng tạo nên một xã hội công bằng, và nếu xã hội bao gồm tất cả những con người tốt được hình thành một cách nhân văn, nó sẽ trở thành một xã hội công bằng. Nếu con người được hình thành một cách công bằng và đúng đắn, xã hội của chúng ta sẽ có công bằng xã hội.

Thánh Giuse, Người Công Chính

Thánh Giuse là người công chính trước mặt Thiên Chúa và trước mặt mọi người. Ngài được nên công chính nhờ Chúa Giêsu Kitô, con trai của Ngài. Ngài được hưởng ân sủng của Thiên Chúa vì ngài đã tham gia vào Thánh Gia Thất ngay từ khi Chúa Giêsu Kitô được thụ thai. Để được công chính, Thánh Giuse cần phải làm theo lời chỉ dẫn của thiên thần Chúa để đón Đức Maria về nhà mình.

Kinh Thánh kể lại câu chuyện này: "Giuse, chồng bà, là người công chính, nhưng không muốn tố cáo bà, nên quyết định âm thầm từ bỏ bà. Ông định như vậy thì kìa, sứ thần Chúa hiện đến báo mộng cho ông rằng: 'Này Giuse, con cháu Đavít, đừng ngại đón bà Maria vợ ông về nhà, vì chính bởi Chúa Thánh Thần mà người con này đã được thụ thai trong bà…' Khi Giuse tỉnh giấc, ông làm như sứ thần Chúa đã truyền và đón vợ về nhà mình." (Mt 1:19-21). Thánh Giuse đã không để Maria phải xấu hổ. Luật pháp có thể buộc ông phải tố cáo Maria, nhưng hành động này không cần thiết và thiếu thận trọng. Trái lại, ông muốn từ bỏ bà một cách âm thầm. Lựa chọn này tốt hơn là tố cáo Maria, mặc dù nó không đủ tốt. Giữa việc tố cáo, từ bỏ âm thầm và đưa Maria về nhà, sứ thần muốn Giuse chọn lựa chọn thứ ba, là lựa chọn hoàn hảo hơn. Điều này đòi hỏi rất nhiều ở ông. Thứ nhất, ông phải can đảm vì có thể mất danh tiếng của mình khi đưa một người phụ nữ đang mang thai không phải là đứa con của mình về nhà. Thứ hai, ông đang liều lĩnh đối mặt với những hậu quả pháp lý. Thiên thần đã khuyên Thánh Giuse hãy đưa ra một lựa chọn khôn ngoan, được gọi là sự thận trọng. Trong hoàn cảnh bất lợi, sự khôn ngoan là chìa khóa thành công.

Thánh Giuse cũng là một người công chính vì ngài tuân giữ luật lệ tôn giáo của mình. "Khi đến ngày thanh tẩy theo luật Môsê, họ đem con lên Giêrusalem để tiến dâng cho Chúa, đúng như đã chép trong Luật Chúa" (Lc 2, 22-23). Trong suốt thời gian làm chủ gia đình, hằng năm, Thánh Giuse đều đưa gia đình lên Giêrusalem dự lễ Vượt Qua (x. Lc 2, 41).

Thánh Giuse là người công chính trước mặt mọi người vì ngài đã giữ trọn vai trò làm chủ gia đình, làm chồng và làm cha. Nghề của ngài là nghề thợ mộc, và ngài đã làm việc chăm chỉ để nuôi sống gia đình (x. Lc 2:51).

Thánh Giuse là tấm gương sáng ngời cho chúng ta để trở thành những người công chính đích thực. Điều này đòi hỏi chúng ta phải cởi mở đón nhận những cơ hội tốt mà Thiên Chúa đặt ra cho chúng ta. Sẽ không đúng nếu chúng ta chỉ sống theo những gì mình muốn mà bỏ qua thánh ý Chúa. Khi chúng ta để tâm hồn và trí óc mình mở ra với những hiểu biết và khả năng mới, chúng ta sẽ tìm thấy điều đúng đắn một cách khách quan và đi theo con đường đúng đắn đó. Nếu chúng ta hoàn thành trách nhiệm hàng ngày của mình với tư cách là cha, mẹ, con cái, chúng ta sẽ được tuyên xưng là những người công chính và ngay thẳng.

CHƯƠNG BẢY
Sự Kiên Cường

Lòng kiên cường là gì?

Sức mạnh (trong tiếng Hy Lạp σθένος) có nghĩa là sinh lực. Đó là trạng thái mạnh mẽ và tràn đầy năng lượng. Sinh lực là sức mạnh tinh thần và năng lực chủ động giúp một người làm việc thiện bất chấp mọi khó khăn hay thử thách. Thần học Công giáo định nghĩa: "Sức mạnh là nhân đức luân lý bảo đảm sự kiên định trong khó khăn và bền bỉ theo đuổi điều thiện. Nó củng cố quyết tâm chống lại các cám dỗ và vượt qua những trở ngại trong đời sống luân lý. Nhân đức can đảm giúp người ta chiến thắng nỗi sợ hãi, ngay cả nỗi sợ chết, và đương đầu với thử thách và bách hại" (GLHTCG 1808).

Trong cuộc sống hằng ngày, với kinh nghiệm, chúng ta biết rằng mình thường phải đối mặt với những khó khăn và thử thách dường như không thể vượt qua. Với một người yếu đuối và thiếu nỗ lực, họ có thể cảm thấy mình không thể vượt qua và dễ bị cám dỗ bỏ cuộc. Tuy nhiên, nhiều Kitô hữu tìm đến Chúa để được giúp đỡ vì họ tin chắc rằng Ngài sẽ hỗ trợ và ban sức mạnh cho họ để họ có đủ can đảm hoàn thành sứ mệnh và mục tiêu của mình. Họ tự nhủ rằng "Chúa, sức mạnh và quyền năng của tôi, đã đến với tôi như một vị cứu tinh" (Tv. 118:14). Vì vậy, chúng ta cần nương cậy nơi Chúa để được ban ơn can đảm trong những biến cố cụ thể của cuộc sống.

Sự kiên cường là sức mạnh hay lòng can đảm để hành động tốt trước đau khổ và khó khăn. Nó bao gồm cả khía cạnh đạo đức và thể chất. Lòng can đảm thể chất là sự can đảm trước nỗi đau thể xác, khó khăn, cái chết hoặc mối đe dọa tử vong, trong khi lòng can đảm đạo đức là khả năng hành động trước sự phản đối của quần chúng, sự bất an, sự đe dọa, sự nản lòng hoặc sự xấu hổ. Nó cũng là sự kiên định của tinh thần, bao gồm hai cấp độ: dám và bền bỉ. Dám giúp một người vượt qua nỗi sợ hãi để bắt đầu hành động, trong khi sự bền bỉ giúp anh ta chịu đựng áp lực trong suốt quá trình hành động. Sự bền bỉ là khía cạnh thiết yếu của sự kiên cường, giúp một người không lay chuyển trước khó khăn, đau khổ hoặc nguy hiểm.

Trong cuộc sống, chúng ta thường phải lựa chọn hành động và lời nói. Để chọn những hành vi và lời nói đạo đức tốt, chúng ta cần có đức tính can đảm. Thiên Chúa luôn ban cho chúng ta đức tính này để chúng ta có thể hành động và nói năng đúng đắn. Chúa Giêsu đề cao chúng ta phải can đảm: "Trong thế gian, anh em sẽ phải gian nan, nhưng hãy can đảm lên, Thầy đã thắng thế gian" (Gioan 16,33). Chúng ta cần có đức tính can đảm để có thể lựa chọn lời nói và hành động tốt đẹp khi phải đối mặt với những thử thách và cám dỗ đến từ bên trong hoặc bên ngoài môi trường. Đức tính can đảm mang đến cho chúng ta sự kiên nhẫn, bền chí, bình tĩnh và tự tin để chúng ta không sợ hãi trên hành trình hướng tới mục tiêu của mình, đó là hạnh phúc và phúc lành vĩnh cửu.

Trong nhiều tình huống, trước khi bắt đầu hành trình đạt được mục tiêu, một người có thể thấy trước rằng sẽ có thử thách hoặc khó khăn, nhưng anh ta biết rằng với sự kiên cường, anh ta có thể thực hiện dự án và sẵn sàng xử lý mọi trở ngại trên đường đi. Một số khía cạnh tích cực liên quan đến sự kiên cường là sự táo bạo, sức bền, sự thanh thản và quyết tâm. Những phẩm chất tiêu cực đối lập với đức tính kiên cường là thiếu tự tin, do dự, nghi ngờ, lo lắng, thất vọng, sợ hãi, nhút nhát và ngu ngốc. Trong khi nỗi sợ hãi thúc đẩy chúng ta chạy trốn, thì sự nhút nhát khiến chúng ta ngần ngại bắt đầu một công việc hoặc dự án. Sự ngu ngốc khiến chúng ta thờ ơ và không biết gì về bất kỳ thử thách nào, và do đó, chúng ta không thể lao ngay vào công việc. Sự ngu ngốc cản trở một người tránh khỏi những thiệt hại hoặc nguy hiểm không cần thiết.

Bốn nền tảng giúp chúng ta phát triển lòng kiên cường là sự hoành tráng, tráng lệ, khả năng kiên nhẫn và bền bỉ.

Sự hoành tráng và tráng lệ

Lòng hoành tráng là khả năng nhìn nhận sự việc từ một góc nhìn rộng hơn, với sự vĩ đại, đức hạnh và cao quý của nó. Tâm hồn hoành tráng giúp chúng ta hình dung và dự đoán được mức độ thành công mà một dự án mang lại, và từ đó truyền cảm hứng cho chúng ta khao khát theo đuổi dự án đó. Một cách khác để nhấn mạnh đặc tính hoành tráng là nói rằng sự thành công của bất kỳ dự án nào đều rất quan trọng trong cuộc sống của mỗi cá nhân cũng như cộng đồng. Ngay cả một dự án nhỏ và một hoạt động đơn giản cũng có giá trị và thiết yếu cho thành công sau này, từ đó dẫn đến thành tựu chung lớn hơn.

Sự tráng lệ bao gồm việc làm một điều gì đó có giá trị cao. Nó đòi hỏi phải thực sự làm những điều vĩ đại. Một người có thể dự đoán thành công trong tương lai gần, nhưng thành công này sẽ không đạt được nếu anh ta không bắt tay vào thực hiện hoặc đưa dự án đó vào hoạt động. Việc dự đoán một tương lai tươi sáng chỉ là một nguồn cảm hứng, nhưng lại cần thiết cho động lực hành động. Chỉ có hành động mới được tính đến. Tất nhiên, để đưa ra quyết định thực hiện một dự án, trước hết, người ta cần phải tính toán xem liệu mình có thể đạt được mục tiêu, về đích và hưởng lợi hay không.

Trong hành trình hành động, người ta thường phải đối mặt với khó khăn, trở ngại và thử thách. Nhưng người ta cần có quyết tâm và sự kiên trì. Đôi khi, thời gian thực hiện một dự án cũng là một thử thách, đòi hỏi sự kiên trì và nhẫn nại.

Khi chúng ta có thể hiểu một dự án và hình dung ra kết quả tích cực của nó, chúng ta đã sẵn sàng chịu đựng gánh nặng và vượt qua thử thách. Nhờ đó, chúng ta sẵn sàng hoàn thành dự án cho đến khi nó kết thúc. Sự vĩ đại giúp một người sẵn sàng hy sinh bản thân, thậm chí cả mạng sống, nếu cần, cả tài sản vật chất, hoặc bất kỳ giá trị cá nhân nào khác vì lợi ích chung của cộng đồng và vương quốc của Chúa. Một người vĩ đại được ngưỡng mộ vì lòng tốt vô bờ bến mà họ thể hiện.

Những người sắp khởi nghiệp thường bắt đầu bằng một tầm nhìn và kế hoạch. Họ đặt ra mục tiêu và lường trước những yêu cầu để đạt được mục tiêu đó. Lời khuyên phổ biến thường được đưa ra là hãy mơ ước lớn. Nhiều người, đặc biệt là những người đã nghỉ hưu hoặc rất giàu, nói rằng họ rất hài lòng với vị trí hiện tại và không có bất kỳ dự án mới nào. Nói như vậy cũng đúng. Nhưng điều đó cũng đòi hỏi họ phải có sức mạnh để duy trì nhịp sống và hạnh phúc của mình.

Chúng ta thường nghe người ta nói rằng "ai đó có thể nhìn mọi thứ từ một góc nhìn xa và rộng ". Điều này có nghĩa là khả năng có tầm nhìn rộng và xa; một người có thể dự đoán những gì có thể xảy ra và chuẩn bị những gì cần thiết để điều chỉnh. Những người được trang bị lòng hoành tráng có thể nhận ra tiềm năng ở bất cứ nơi nào nó tồn tại. Một thần tượng có thể là việc nhắc đến thành công của các triều đại Mỹ, tất cả đều có tư duy vĩ đại và tráng lệ. Một ví dụ là triều đại Gettys, ngay từ đầu thế kỷ 20 đã nhìn thấy tiềm năng của ngành công nghiệp dầu mỏ ở Trung Đông và đầu tư vào đó.

Sự kiên nhẫn và bền bỉ

Hai chiều kích cơ bản của sức mạnh là sự kiên nhẫn và bền bỉ.

Sự kiên cường trở nên mạnh mẽ hơn nhờ sự hỗ trợ của lòng kiên nhẫn và sự bền bỉ. Với sự kiên nhẫn, chúng ta không muốn bỏ cuộc, mặc dù phải trải qua một khoảng thời gian dài để đạt được mục tiêu. Đây chính là yếu tố của sự kiên nhẫn. Chúng ta tiếp tục, mặc dù dự án mất nhiều thời gian hơn dự kiến. Với sự kiên trì, chúng ta khơi dậy ý chí mạnh mẽ để hoàn thành một dự án khó khăn hơn bất chấp những thách thức và khó khăn to lớn, đặc biệt là khi những thách thức và khó khăn đó lập đi lập lại trong suốt quá trình. Khó khăn và thử thách có thể đến từ bên trong hoặc bên ngoài một người. Nỗi sợ thất bại hoặc sợ bị người khác chế giễu là yếu tố quan trọng quyết định thành công hay thất bại. Nhưng một người được trang bị lòng kiên cường sẽ có khả năng vượt qua những khó khăn và thử thách này.

Sự kiên trì là một yếu tố thiết yếu để đạt được mục tiêu. Trong khi sự kiên nhẫn liên quan đến yếu tố thời gian, thì sự bền bỉ lại liên quan đến khía cạnh ý chí. Để hoàn thành bất kỳ dự án nào, người ta phải trải qua khó khăn và thử thách, nhưng không được bỏ cuộc. Tuy nhiên, với một ý chí mạnh mẽ, người ta có thể vượt qua mọi thử thách. Thánh Phaolô dạy rằng sự bền bỉ là cần thiết cho hy vọng: "Chúng tôi luôn tạ ơn Thiên Chúa về tất cả anh em và không ngừng nhắc đến anh em trong lời cầu nguyện. Trước mặt Thiên Chúa là Cha chúng ta, chúng tôi nhớ đến công việc anh em đã làm bởi đức tin, công lao anh em đã làm vì lòng yêu thương, và sự bền bỉ của anh em được thúc đẩy bởi niềm hy vọng vào Chúa chúng ta là Đức Giêsu Kitô" (1 Thess 1, 2-

3). Sự bền bỉ mang tính tích cực, trong khi bỏ cuộc mang tính tiêu cực. Sự bền bỉ mang lại quyết tâm vượt qua khó khăn và thử thách, và quyết tâm này luôn hướng đến việc đạt được các mục tiêu. Hy vọng dẫn dắt một người đến tương lai, và sự bền bỉ giúp anh ta mạnh mẽ cho đến khi đạt được các mục tiêu trong tương lai.

Cuộc sống giống như một hạt giống được gieo trên mặt đất. Để hạt giống sinh hoa trái, điều kiện của đất phải màu mỡ. Khi đất có nhiều đá, hạt giống không thể bám rễ sâu để phát triển trong thời gian dài. Thay vào đó, rễ sẽ ngắn và mầm sẽ bị đốt cháy rất sớm bởi sức nóng. Khi rễ không sâu vào đất, chúng không thể chịu được những điều kiện khắc nghiệt của môi trường xung quanh. Đây là những gì Chúa Giê-su nói về tình huống này: "Hạt giống được gieo trên đất đá là người nghe lời và vui mừng tiếp nhận ngay. Nhưng không có rễ và chỉ tồn tại trong thời gian nhất thời. Khi gặp gian nan hay bắt bớ vì Lời, người ấy liền vấp ngã" (Mt 13: 20-21). Bền vững trong thời gian dài là yêu cầu đối với bất kỳ cây trồng hay con người nào để phát triển. Điều kiện này được mô tả bằng các thuật ngữ "kiên định", "kiên trì" và "kiên nhẫn ". Vì tất cả các mục tiêu đều hướng đến tương lai, nên cần có sự kiên trì để đạt được các mục tiêu trong cuộc sống.

Liệu sự bền bỉ có thể trở nên hoàn hảo không? Khi chúng ta đặt câu hỏi này, liệu có phải sự bền bỉ là một trạng thái sức mạnh tinh thần có thể phát triển từ yếu đến rất mạnh không? Câu trả lời là có. Thánh Giacôbê nói rằng điều đó cho phép mọi người đạt được mục tiêu bằng cách áp dụng sự bền bỉ bởi vì trong suốt quá trình của bất kỳ dự án nào, luôn có những khó khăn và thử thách mà người ta cần sự bền bỉ để vượt qua: “Hỡi anh em, hãy coi sự thử thách nào cũng là điều vui mừng trọn vẹn. Hãy biết rằng khi đức tin của anh em được thử thách, điều này sinh ra sự bền bỉ. Hãy để sự bền bỉ đạt đến mức hoàn hảo, để anh em được trọn vẹn, không thiếu sót điều gì" (Gia-cô-bê 1:2-4). Theo nghĩa này, sự bền bỉ trở thành sự hoàn hảo khi một người đạt được mục tiêu của một dự án.

Bằng chứng rõ ràng nhất của lòng dũng cảm chính là sự tử đạo. Vị tử đạo nhận ra sự cao cả của việc chết vì Chúa, vì Giáo hội và vì tha nhân, và hiến dâng mạng sống mình cho đến chết. Cái chết vì tử đạo bao gồm cả đau khổ về thể xác lẫn tinh thần. Vị tử đạo chịu đựng sự tra tấn khủng khiếp nhất trong một thời gian dài. Vị tử đạo cũng đau khổ khi thấy người thân của mình đau khổ trong khi chứng kiến mình bị đau khổ. Vị tử đạo chấp nhận cái chết và do đó đau khổ khi phải rời xa người thân, bạn bè và cộng đồng của mình. Mỗi người chúng ta cũng có thể chết vì tử đạo mỗi ngày. Chúa Giêsu đòi hỏi chúng ta phải chết mỗi ngày và đánh mất mạng sống của mình để bảo vệ chúng: "Ai muốn theo Ta, phải từ bỏ chính mình, vác thập giá mình hằng ngày mà theo Ta. Được lời lãi cả thế gian mà phải mất chính mình hay thiệt thân thì nào có lợi gì?" (Lc 9, 23-25). Tất cả chúng ta đều cần lòng kiên trì để theo Chúa Giêsu Kitô. Vác thập giá hằng ngày có nghĩa là từ bỏ chính mình và chịu đau khổ vì người khác, và tất cả chúng ta đều cần lòng kiên trì để trở nên dũng cảm trong khi vác thập giá hằng ngày của mình.

Lười biếng

Tôi thường nói đùa với bạn bè rằng gần đây tôi mắc một căn bệnh nan y. Bạn tôi thở dài kinh ngạc và hỏi tôi: "Bệnh nan y gì vậy?". Tôi trả lời: lười biếng. Rồi chúng tôi cùng cười. Bình thường, trước khi nói câu chuyện cười này, tôi thấy lười biếng; nhưng sau khi kể xong, tôi lại muốn chăm chỉ làm việc.

Có những lúc mỗi người trong chúng ta cảm thấy lười biếng, không muốn hoàn thành những gì mình được giao phó. Một số người thực sự rất lười biếng và không làm việc gì trong một thời gian dài, thậm chí nhiều năm. Sự lười biếng kéo dài này có thể được gọi là một căn bệnh. Trạng thái của một người không còn động lực để làm việc hoặc học tập được gọi là lười biếng. Lười biếng là một tội lỗi nghiêm trọng; nó có nghĩa là một thói quen chết người hoặc một trạng thái như người chết. Trạng thái lười biếng này không thể mang lại niềm vui và hạnh phúc cho một người.

Có một cách để thoát khỏi cảm giác chán nản. Nếu chúng ta tự nhủ rằng mình đang làm việc để phục vụ xã hội và giúp đỡ gia đình, chúng ta sẽ cảm thấy bớt gánh nặng hơn, và từ đó sẵn sàng làm việc hơn. Tất cả chúng ta đều biết rằng mỗi người đều có bổn phận đóng góp cho xã hội và gia đình thông qua công việc. Không có cách nào khác để đóng góp cho mục tiêu này ngoài công việc làm, dù là thể chất hay tinh thần. Làm việc đòi hỏi sự hy sinh, mang lại hạnh phúc cho người khác hoặc giảm bớt khó khăn cho người khác. Làm việc (bao gồm cả học tập) là một điều tốt đẹp mà mỗi chúng ta có thể và nên thực hiện mỗi ngày.

Thánh Phaolô hướng dẫn mọi người làm việc bằng những lời này: "Thật vậy, khi còn ở với anh em, chúng tôi đã truyền cho anh em rằng nếu ai không khứng làm việc, thì cũng đừng ăn . Chúng tôi nghe rằng trong anh em có một số người ăn không ngồi rồi, không bận rộn, mà lại thích xen vào chuyện người khác. Nhân danh Chúa Giêsu Kitô, chúng tôi truyền dạy và khuyên nhủ tất cả những người như thế hãy làm việc cách yên lặng để kiếm miếng ăn cho mình" (2 Thess 3:10-12). Thánh Phaolô rất bận rộn phục vụ mọi người trong việc giảng đạo, nhưng vẫn dành thời gian làm việc để kiếm miếng ăn cho bản thân. Lời dạy của ngài được củng cố bằng tấm gương tốt của ngài. Khi ngài nói rằng 'nếu ai không khứng làm việc, thì cũng đừng ăn', ngài có ý nói rằng mọi người nên làm việc để không đặt gánh nặng lên người khác. Khi một người lười biếng, người đó dựa vào người khác về thức ăn mà họ ăn. Mỗi người đều ăn mỗi ngày, và nếu một người không muốn làm việc, họ sẽ đặt gánh nặng lên người khác.

Người lười biếng và không muốn làm việc được gọi là kẻ lười biếng. "Hỡi kẻ lười biếng, ngươi sẽ nghỉ ngơi cho đến bao giờ? Bao giờ ngươi mới thức dậy khỏi giấc ngủ của mình?" (Châm ngôn 6, 9). "Linh hồn kẻ lười biếng thèm muốn vô ích, nhưng linh hồn người siêng năng được no đủ" (Châm ngôn 13: 4). "Đường kẻ lười biếng bị vây quanh như gai, nhưng lối đi của người siêng năng như đường cái" (Châm ngôn 15: 19). "Sự ham muốn của kẻ lười biếng giết chết hắn, vì tay hắn từ chối làm việc. Suốt ngày hắn thèm muốn và thèm muốn, nhưng người công chính ban cho không tiếc" (Châm ngôn 21: 25-26). "Kẻ lười biếng nói: 'Sư tử ở ngoài kia', tôi e bị nó cắn chết ngoài đường" (Châm ngôn 22:13). Kẻ lười biếng tìm đủ mọi lý do để từ chối làm việc, nhưng chủ yếu là họ nhắc đến nỗi sợ hãi để tránh né đi làm việc.

Người lười biếng muốn trốn tránh hoạt động. Một người không muốn làm việc, và nguyên nhân của trạng thái hành vi này thường là do nghiện một cuộc sống hưởng thụ, chẳng hạn như trò chơi điện tử, internet hoặc điện thoại di động. Lười biếng là một thách thức mà nhiều người cần vượt qua ngày nay. Mỗi ngày, tất cả chúng ta đều cần hoàn thành một số công việc hoặc dự án. Nhưng yêu cầu này bao gồm khó khăn, mà nhiều người không muốn chịu đựng. Vì vậy, họ không nỗ lực để bắt đầu công việc hoặc dự án. Họ không muốn đổ mồ hôi. Họ làm những việc dễ dàng khác không bắt buộc, đặc biệt là chơi game và sử dụng internet hoặc điện thoại di động, những thứ không phải lúc nào cũng cần thiết và hữu ích cho cuộc sống. Những người này cần đức tính kiên cường giúp đỡ họ trong cuộc sống hàng ngày để hoàn thành trách nhiệm và phát triển theo kế hoạch mà Chúa đã dành cho họ. Họ cần sự quyết tâm, đến từ sức mạnh tinh thần và khả năng chịu đựng.

Nếu lười biếng là một cách khác để mô tả một người lười biếng, thì nhiệt huyết là đặc điểm của một người mạnh mẽ, người luôn nỗ lực hết mình để hoàn thành công việc hoặc dự án của mình. Người ấy được khuyến khích nhìn xa hơn lợi ích của bản thân, nhưng cũng phải nghĩ đến lợi ích của người khác, như Thánh Phaolô đã dạy: "Đừng bao giờ thiếu nhiệt thành, nhưng hãy giữ vững tinh thần sốt sắng trong việc phục vụ Chúa. Hãy vui mừng trong niềm hy vọng, kiên nhẫn trong gian truân, và chuyên cần cầu nguyện" (Rm 12:11-12).

Sự trì hoãn

Không ít học sinh trung học và đại học đang sống trong tình trạng căng thẳng, điều này khiến họ không vui. Có nhiều lý do khiến học sinh căng thẳng, và một trong số đó là sự trì hoãn. Tất cả học sinh không nên trì hoãn bài tập về nhà, điều này đòi hỏi sức kiên trì hồi để hoàn thành bài tập đúng hạn. Sự quyết tâm là cần thiết để đạt được mục tiêu. Đây là sức mạnh của một người quyết tâm đạt được mục tiêu của mình bất chấp mọi trở ngại. Mỗi người đều sống với một số mục tiêu trong đầu, mục tiêu ngắn hạn và dài hạn, được mong đợi bởi chính mình hoặc người khác. Khi một người hoàn thành một dự án trong thời gian quy định, đó là một thành công, điều này khiến họ hạnh phúc. Một dự án ngắn hạn có thể được mong đợi trong một tuần hoặc hai tháng, trong khi một dự án dài hạn có thể kéo dài một năm hoặc hơn nữa.

Học sinh Tiểu học hoặc Trung học Phổ thông thường có bài tập về nhà mỗi ngày hoặc mỗi tuần. Học sinh bậc đại học thường có các dự án phải hoàn thành trong mỗi học kỳ. Nếu bài tập về nhà cần một giờ để hoàn thành, học sinh nên làm như thế nào? Dưới đây là một số lời khuyên:

Khi đi học về, nếu bạn có hai tiếng (không phải làm việc khác nhưng vẫn dành thời gian cho bài tập về nhà) để làm bài tập, mà bài tập này lại chiếm mất một tiếng, bạn nên bắt đầu làm bài tập càng sớm càng tốt, trước khi bị cuốn vào những việc khác. Nếu bạn hoàn thành bài tập về nhà trong vòng một tiếng, bạn là một học sinh xuất sắc vì bạn đã hoàn thành bài tập sớm hơn một tiếng so với thời gian quy định.

Nếu bạn để giờ đầu tiên (dành cho việc làm bài tập về nhà) trôi qua, và bạn chỉ bắt đầu làm bài tập vào giờ thứ hai và hoàn thành trong một giờ, bạn là một học sinh giỏi vì bạn hoàn thành bài tập về nhà đúng thời hạn đã định.

Nếu bạn không hoàn thành bài tập trong vòng hai giờ quy định, bạn sẽ bị khiển trách.

Hoàn thành bài tập về nhà sớm hơn thời gian quy định là một yếu tố giúp bạn tránh khỏi căng thẳng, mang lại sự bình yên và hạnh phúc. Vì vậy, khi nhận được bài tập, nếu bạn không bắt tay vào làm, gánh nặng và lo lắng sẽ đè nặng lên vai bạn. Việc không hoàn thành bài tập về nhà hoặc dự án trong thời gian quy định sẽ ảnh hưởng tiêu cực đến cuộc sống của bạn trong những ngày và tuần tiếp theo.

Khi bạn có thể hoàn thành bài tập đúng hạn, bạn là một học sinh giỏi và bạn sẽ thành công trong học tập. Tuy nhiên, có lẽ bạn muốn trở thành một học sinh xuất sắc. Vậy thì, bạn cần rèn luyện thói quen tốt là hoàn thành bài tập về nhà hoặc dự án hàng ngày trước khi hết thời gian quy định. Sau khi hoàn thành bài tập sớm hơn, hãy sử dụng thời gian còn lại để hoàn thành mục tiêu bổ sung mà bạn đã đặt ra cho bản thân trong cùng ngày hoặc tuần đó, hoặc bạn có thể dự đoán các chủ đề sắp tới bằng cách đọc chương mà giáo viên sẽ dạy trong những ngày tiếp theo.

Nếu muốn trở thành một học sinh xuất sắc, các em nên hoàn thành tất cả bài tập về nhà và dự án hàng ngày trước hạn chót một tiếng, sau đó dành nửa tiếng cho một mục tiêu khác, do chính các em tự đặt ra chứ không phải do giáo viên giao. Một thói quen tốt là chuẩn bị bài học bằng cách đọc trước ở nhà chương sắp được dạy tại lớp học. Những học sinh chuẩn bị bài bằng cách đọc ở nhà trước khi nghe giáo viên giảng sẽ có lợi thế. Khi giáo viên bắt đầu giảng về các môn học, các em đã nắm được nội dung bài học, và các em có thể hiểu bài dễ dàng và nhanh hơn.

Sau giờ học và bài tập về nhà, mỗi ngày học sinh có khoảng một đến ba giờ để làm những việc khác như chơi thể thao, tập thể dục, nghe nhạc, chơi trò chơi, cầu nguyện, giữ im lặng, v.v. Những hoạt động này rất cần thiết và bổ ích cho tâm hồn, trí tuệ và trái tim của mỗi người. Tuy nhiên, học sinh cần ưu tiên việc học.

Mỗi ngày khi con hoàn thành bài tập về nhà đúng hạn, con sẽ vui vẻ và mỉm cười, thái độ tích cực và sự tự tin của con sẽ hiện rõ trong mắt và trên khuôn mặt con. Mọi người xung quanh sẽ nhận ra rằng con là người hạnh phúc nhất lúc này trong ngôi nhà của con.

Là cha mẹ, tất cả chúng ta đều mong muốn con mình thành công ở trường. Kỳ vọng này có thể được đáp ứng nếu chúng ta biết cách hỗ trợ chúng làm bài tập về nhà. Đối với trẻ nhỏ ở trường tiểu học và trung học phổ thông, cần có sự đồng hành của anh chị lớn và cha mẹ. Trẻ nhỏ không biết cách ưu tiên hoàn thành bài tập về nhà sau giờ học. Nếu cha mẹ không chú ý đến việc nhấn mạnh việc học, trẻ nhỏ có thể rơi vào cám dỗ chơi quá nhiều trò chơi. Sau khi chơi trò chơi trong một giờ, tâm trí của chúng sẽ chìm sâu vào những câu chuyện trong trò chơi. Có lẽ cần hai mươi phút để thoát khỏi sự hấp dẫn của những câu chuyện trò chơi và chuyển sang một môn học mới. Nếu một học sinh chơi trò chơi trong hai giờ một ngày, em sẽ không có đủ thời gian để hoàn thành bài tập về nhà và những việc khác cần phải làm.

Sinh viên đại học thường phải viết bài luận học kỳ, là bài tập cho cả một học kỳ bốn tháng. Để hoàn thành một bài luận học kỳ, sinh viên cần phải nghiên cứu thông qua việc đọc nhiều sách và bài báo. Họ phải dành thời gian để tìm các tài liệu có liên quan, sau đó đọc chúng và viết một bài luận từ mười lăm đến hai mươi lăm trang. Điều này đòi hỏi sự quyết tâm và kiên trì. Tư duy quyết tâm là điều cần thiết để sinh viên bắt đầu viết một bài luận. Sự kiên trì là cần thiết để sinh viên có thể chịu đựng trong hai đến ba tháng trong suốt dự án. Nếu không có hai yếu tố này, sinh viên sẽ chậm hoàn thành bài luận học kỳ đúng hạn. Khi giáo sư không nhận được bài luận của sinh viên đúng hạn, ông sẽ coi sinh viên đó là sinh viên trì hoãn. Do đó, sinh viên đại học nên bắt đầu viết bài luận học kỳ của mình sớm trong tuần đầu tiên hoặc tuần thứ hai của học kỳ và lên kế hoạch hoàn thành chúng một hoặc hai tuần trước thời gian quy định.

Sức mạnh nhờ biết tha thứ

Sự tha thứ là điểm yếu hay điểm mạnh của một người? Một số người cho rằng đó là điểm yếu, nhưng phần lớn mọi người lại cho rằng đó là điểm mạnh. Một người không thể tha thứ cho người khác luôn đổ lỗi cho người khác về lỗi lầm của họ. Đồng thời, anh ta không nhận ra lỗi lầm của chính mình. Anh ta nghĩ rằng người khác yếu đuối với những lỗi lầm của họ; do đó, anh ta không thể tha thứ cho bất kỳ ai. Sức mạnh thực sự không tồn tại ở một người không biết tha thứ. Ngược lại, một người học và thực hành sự tha thứ sẽ trở nên mạnh mẽ hơn từng ngày. Với việc thực hành sự tha thứ, sức mạnh của anh ta trở nên thực tế và quen thuộc trong con người và bản chất của anh ta. Sự tha thứ củng cố sức mạnh của anh ta, và sức mạnh thực sự của anh ta củng cố khả năng tha thứ của anh ta.

Để có khả năng tha thứ, chúng ta cần nhận ra nhiều thành phần thực sự trong con người cũng như các khía cạnh thiết yếu trong các mối quan hệ giữa người với người. Đây là một câu chuyện trong Kinh thánh: "Các kinh sư và người Pha-ri-si dẫn đến một người phụ nữ bị bắt quả tang ngoại tình. Họ bắt bà đứng trước đám đông và nói với Chúa Giê-su: "Thưa Thầy, người phụ nữ này bị bắt quả tang ngoại tình. Trong Luật, Mô-sê truyền cho chúng tôi phải ném đá những người phụ nữ như vậy. Bây giờ Thầy nói sao?" Họ dùng câu hỏi này như một cái bẫy để có cơ sở buộc tội Ngài. Nhưng Chúa Giê-su cúi xuống và bắt đầu viết trên đất bằng ngón tay của mình. Khi họ cứ hỏi Ngài mãi, Ngài đứng thẳng dậy và nói với họ: "Ai trong các ngươi sạch tội, hãy ném đá người này trước đi ." Người lại cúi xuống viết trên đất. Nghe vậy, những người nghe bắt đầu lần lượt bỏ đi, những người lớn tuổi đi trước, cho đến khi chỉ còn lại Chúa Giêsu, với người phụ nữ vẫn đứng đó. Chúa Giêsu đứng thẳng dậy và hỏi bà: "Này bà, họ đâu cả rồi? Không ai lên án bà sao?" Bà đáp: "Thưa ông, không ai cả." Chúa Giêsu nói: "Vậy thì tôi cũng không lên án bà đâu. Bây giờ bà hãy đi và từ bỏ đời sống tội lỗi của mình" (Gioan 8:3-11).

Ngoại tình là một tội nghiêm trọng. Vào thời Chúa Giê-su, tội này đáng bị tử hình. Các thầy thông giáo và người Pha-ri-si biết luật pháp và muốn lên án người phụ nữ này vì họ nghĩ rằng họ không có tội và tốt hơn cô, và do đó có quyền lên án cô. Nhưng Chúa Giê-su đã chỉ cho họ cách họ nên đối xử với tội nhân khi Ngài nói: "Ai trong các ngươi sạch tội, hãy ném đá cô ấy trước đi." Chúa Giê-su muốn nói với các thầy thông giáo và người Pha-ri-si rằng họ cũng có tội; do đó, họ không nên lên án cô ấy. Không ai được lên án bất kỳ ai. Dù một người là thánh nhân hay tội nhân, họ cũng không nên lên án bất kỳ ai. Thay vì lên án, chúng ta nên tha thứ cho nhau.

Khi một người không thể tha thứ, cả người buộc tội và người bị buộc tội đều trở nên bất hạnh. Người buộc tội gây ra xung đột trong chính mình, tin rằng anh ta tốt hơn và do đó có quyền lên án người khác, trong khi thực tế anh ta không phải vậy. Điều này khiến anh ta bất hạnh. Người bị buộc tội mong đợi sự tha thứ, nhưng thay vì nhận được sự tha thứ, cô ấy lại nhận được sự lên án. Điều này mang lại cho cô ấy sự bất hạnh. Khi chúng ta có thể tha thứ và thực hành sự tha thứ, chúng ta đạt được sự hòa giải, và sự hòa giải mang lại hạnh phúc. Trước khi sự hòa giải diễn ra, xung đột chiếm vị trí chủ đạo trong mối quan hệ giữa hai người. Xung đột ở đó vì một người không thể chấp nhận hoặc tha thứ cho người kia, trong khi người kia mong muốn được tha thứ và chấp nhận. Không có giao tiếp bằng mắt trực tiếp, không chào hỏi, không đối thoại hay chia sẻ, không ăn cùng nhau, không mỉm cười hay cười đùa. Chỉ có cảm giác xung đột, lạ lẫm và tội lỗi.

Sự tha thứ là một thành phần thiết yếu của con người. Con người được tạo dựng theo hình ảnh của Chúa. Bản chất của Chúa là tình yêu thương và lòng trắc ẩn. Chúa tạo ra con người nam và nữ với bản chất sẵn sàng thể hiện lòng trắc ẩn với người khác. Bản chất con người này đã bị tội lỗi xóa bỏ. Tuy nhiên, Chúa Giê-su đã khôi phục khả năng này cho con người. Vì vậy, với kinh nghiệm về tình yêu thương, con người nên sẵn sàng yêu thương và tha thứ. Tại sao một người không thể tha thứ? Đó là vì họ chưa có kinh nghiệm đón nhận sự tha thứ. Việc trở thành tội nhân trước tiên không nhất thiết là một thảm họa hoàn toàn. Thực tế, tất cả chúng ta đều là tội nhân. Trở thành tội nhân có thể giúp chúng ta biết được kinh nghiệm đón nhận sự tha thứ, một điều đẹp đẽ trong cuộc sống của chúng ta. Một khi chúng ta có kinh nghiệm nếm trải vẻ đẹp của sự tha thứ - đặc biệt là sự tha thứ cho những lỗi lầm hoặc tội lỗi lớn hơn, chúng ta sẽ sẵn sàng tha thứ cho người khác dễ dàng hơn. Nói cách khác, sự tha thứ nên được coi là một thành phần tự nhiên của tất cả con người.

Sự tha thứ là điều thiết yếu để các mối quan hệ giữa người với người được phát triển sâu sắc và bền vững hơn. Mọi mối quan hệ đều có khởi đầu và phát triển. Mọi mối quan hệ đều phải trải qua những thử thách thăng trầm. Nếu những xung đột, bất đồng, tổn thương và sai lầm không thể vượt qua, mối quan hệ sẽ không thể tồn tại và phát triển. Sự tha thứ giữa bạn bè hoặc người thân là điều thiết yếu để duy trì mối quan hệ thân thiết này. Tình bạn và các mối quan hệ gia đình là vô giá. Chúng quý giá hơn bất kỳ tài sản nào khác. Thực tế, chúng rất cần thiết trong cuộc sống của mỗi người.

Một số người cảm thấy cô đơn vì họ không có đủ bạn bè hay người thân. Thực tế, một số người thậm chí còn không có người thân nào, và một số người thậm chí còn không có bạn bè. Trước đây, họ có thể đã có một vài người bạn, nhưng tình bạn của họ đã không kéo dài vì thiếu sự tha thứ. Một số người vẫn có một vài người thân nhưng không liên lạc với nhau. Tất cả họ đều cảm thấy cô đơn. Họ cần học cách bắt đầu một mối quan hệ mới và duy trì nó.

Một số người khác có thể nói: "Tôi đã có đủ bạn bè hoặc người thân rồi; tôi không cần thêm bất kỳ mối quan hệ mới nào nữa ". Chúng ta đã từng nghe câu nói: "Đủ rồi", dành riêng cho những hành vi phạm tội. Trong các mối quan hệ giữa người với người, chúng ta nên nói: "Không bao giờ là đủ, nhưng tôi muốn có thêm nhiều tình bạn hơn ". Bạn bè và tình bạn không nên có giới hạn. Có một câu nói: "Một tình bạn mới còn quý giá hơn cả viên kim cương lớn nhất ". Chính Chúa đã gửi đến cho tôi một người bạn mới, người cần tôi, và tôi cũng cần cô ấy. Điều này có lợi cho cả hai chúng ta. Với tình bạn mới này, hạnh phúc của chúng ta đã tăng lên. Hạnh phúc và tình bạn không có ranh giới hay giới hạn về số lượng. Nhưng nó cần được phát triển đến tiềm năng của nó, đòi hỏi các kỹ năng lắng nghe, thấu hiểu, đối thoại, phục vụ, cam kết, trung thành, tha thứ và yêu thương. Tuy nhiên, chỉ cần một tình bạn thực sự có thể mang lại đủ hạnh phúc cho một người. Nhiều tình bạn không bao giờ lấy đi bất kỳ mức độ hạnh phúc nào. Ngược lại, nhiều tình bạn luôn mang lại nhiều niềm vui hơn. Vì vậy, đừng ngại có thêm nhiều tình bạn. Trên thực tế, mỗi tình bạn đều có nét độc đáo và phong phú riêng. Có lẽ, ta có thể nói rằng càng có nhiều tình bạn, ta càng có nhiều hoa, nụ cười và tiếng cười. Cảm ơn Chúa vì tất cả tình bạn, bạn bè và người thân mà tôi có.

Sự tha thứ đòi hỏi sức mạnh nội tại của một người. Sự tha thứ là dấu hiệu của sức mạnh nội tại, như Albert Einstein đã nói: "Kẻ yếu tìm cách trả thù, kẻ mạnh tha thứ". Nếu không có sức mạnh, một người sẽ không có khả năng tha thứ. Sức mạnh giúp một người nhận ra lỗi lầm và điểm yếu của chính mình; từ đó, họ có thể đồng cảm với những người cũng có điểm yếu và sai lầm. Sức mạnh cần thiết để chủ động quyết tâm xóa bỏ xung đột trong chính mình và với người khác.

Sức mạnh đi kèm với sự khiêm tốn, không phải sự kiêu ngạo hay ngạo mạn

Sự kiên cường là sức mạnh cần thiết để một người đạt được thành công trong cuộc sống. Sự kiên cường được bồi đắp bởi đức tính khiêm nhường, nhưng bị suy yếu bởi sự kiêu ngạo và tự phụ (theo nghĩa tiêu cực).

Thánh Phaolô dạy: "Trong tình huynh đệ, hãy bày tỏ tình cảm sâu đậm với nhau và coi người khác quan trọng hơn mình. Hãy đối xử với mọi người như nhau. Đừng coi trọng địa vị xã hội, nhưng hãy đối xử với người khiêm nhường theo cách của họ. Đừng tự khen mình khôn ngoan" (Rm 12:10, 16). Sự khiêm nhường phải là ngọn đèn soi đường trong các mối quan hệ giữa người với người. Người khiêm nhường coi người khác quan trọng hơn mình. Người ấy không tìm kiếm địa vị xã hội cao hơn. Người ấy không nịnh hót người khác để trục lợi cá nhân, nhưng cũng kết giao với những người thấp hèn.

Nhiều chỗ trong Kinh Thánh nói về sự khiêm nhường: "Trong anh em, người làm lớn nhất phải làm người phục vụ anh em. Ai tôn mình lên sẽ bị hạ xuống; còn ai hạ mình xuống sẽ được tôn lên" (Mt 23, 11-12). "Người ấy phải lớn lên, còn tôi phải nhỏ lại" (Gioan 3, 30). "Hỡi con, hãy sống khiêm nhường, thì con sẽ được yêu mến hơn người bố thí. Càng khiêm nhường, con càng được tôn trọng, và con sẽ được đẹp lòng Thiên Chúa. Đừng tìm kiếm điều gì quá khó đối với con, cũng đừng tìm kiếm điều gì quá sức con" (Huấn Ca 3, 17-18, 21). Người khiêm nhường không tìm kiếm địa vị danh dự hay tự tôn mình lên (x. Lc 14, 7-14).

Khiêm tốn là một trong những đức tính đáng ca ngợi nhất mà mọi người nên học hỏi và sở hữu. Một người khiêm tốn có thể làm được nhiều điều tốt: Người khiêm tốn không tìm kiếm những gì vượt quá khả năng của mình. Người khiêm tốn là người mạnh mẽ, có thể chấp nhận thua cuộc trong bất đồng hoặc xung đột. Người khiêm tốn cũng có thể nhận ra khuyết điểm của mình. Người khiêm tốn có thể dễ dàng tha thứ cho người khác hơn.

Nếu sự khiêm nhường làm cho một người mạnh mẽ hơn, thì lòng kiêu hãnh (theo nghĩa tiêu cực) hay sự ngạo mạn lại làm người đó yếu đi. Sự ngạo mạn bao gồm ba đặc điểm: (1) Tự hào về bản thân vì một khía cạnh mà mình không có. Thật vô lý khi một người tự hào về thứ mà mình không sở hữu; Có khi anh ta bị tham vọng của mình làm cho mù quáng (2). Tự hào về bản thân vì thứ mà mình không có công trạng gì, mặc dù nó tồn tại trong chính mình. Đối với thứ gì đó nhận được từ Chúa hoặc người khác, thay vì tỏ lòng biết ơn, anh ta lại ngạo mạn nhận công lao về thứ mà mình được ban cho (3). Khoe khoang về thứ gì đó có ít giá trị. Một người có thể mắc sai lầm khi kiêu ngạo về thứ gì đó không có nhiều giá trị. Anh ta đã phóng đại sai lầm giá trị của thứ gì đó có giá trị nhỏ. Anh ta cũng trở nên quá ám ảnh với việc tìm kiếm thứ không thực sự có giá trị.

Điều quan trọng là một người phải nhận thức được mình là ai và mình có gì, và do đó không phóng đại những gì mình thực sự sở hữu. Ngược lại, khi phóng đại thực tế, người đó sẽ không thể phát triển thêm nữa. Phóng đại có nghĩa là không nói sự thật mà chỉ làm tăng mức độ của sự thật. Một người phóng đại luôn có mục đích tự khen ngợi mình với hy vọng người khác sẽ ngưỡng mộ. Một người phóng đại bản thân thường có lòng tự trọng thấp và đã có kinh nghiệm trước đó về việc không đạt được điều mình mong muốn.

Kiêu ngạo là việc đánh giá chính mình quá cao hoặc có thái độ tự cao. Một người kiêu ngạo có xu hướng phóng đại tầm quan trọng, khả năng, tài sản hoặc địa vị xã hội của bản thân. Sự kiêu ngạo thường dẫn đến thái độ tự phụ đối với người khác và phớt lờ những gì mình thực sự cần. Anh ta trở nên tự mãn. Anh ta cũng phớt lờ những người đang cần sự giúp đỡ. Anh ta có xu hướng coi thường người khác trong khi bản thân lại cảm thấy mình có quyền được đối xử đặc biệt.

Người kiêu ngạo thường khoe khoang về thành tích hoặc tài sản của mình. Khoe khoang có nghĩa là nói về thành tích hoặc tài sản của mình một cách tự hào, khiến người khác khó chịu. Điểm mấu chốt ở đây là cách nói, "một cách tự hào ", khiến người khác khó chịu. Người kiêu ngạo luôn tìm mọi cách để che giấu khuyết điểm của mình. Anh ta sợ rằng nếu mọi người biết khuyết điểm của mình, anh ta sẽ xấu hổ.

Mỗi người đều có vị trí trong xã hội tùy theo thành tựu của họ. Tuy nhiên, khi một người không nhận ra và thừa nhận vị trí thực sự của mình trong xã hội mà lại giả vờ và tự cho mình là người có địa vị cao hơn, thì người đó đang tự đề cao mình. Với nhận thức này, người đó đã phạm phải sai lầm về lòng kiêu hãnh.

Một người kiêu ngạo cũng có xu hướng tìm kiếm danh vọng. Điều này được gọi là phù phiếm khi anh ta cố gắng bằng mọi giá tìm kiếm danh vọng và vinh quang không cần thiết, những thứ nằm ngoài bản thân và không mang lại lợi ích gì cho anh ta. Khi một người kiêu ngạo tận hưởng phù phiếm, danh vọng và vinh quang không bao giờ cảm thấy là đủ đối với anh ta! Sau khi đạt được một mức độ danh vọng nhất định, anh ta muốn có một vị trí cao hơn. Nói cách khác, một người có thể không hài lòng với danh vọng mình đang có, mà còn muốn nhiều hơn nữa. Khao khát danh vọng vô hạn này có thể khiến một người bất mãn với vị trí hiện tại và từ đó trở nên bất hạnh.

Tất cả chúng ta đều khao khát có được nhiều hơn. Nhưng vấn đề là chúng ta có thể đạt được bao nhiêu. Liệu chúng ta có đủ sức mạnh và khả năng để đạt được tất cả những gì mình muốn, hay khả năng của chúng ta có giới hạn? Vì vậy, chúng ta cần tự đánh giá bản thân để không tìm kiếm những gì vượt quá sức mình. Cố gắng tìm kiếm điều gì đó vượt quá sức mình có thể gây ra thất vọng, bởi vì chúng ta có thể không bao giờ đạt được mục tiêu mà mình mong muốn một cách vô lý. Mỗi người trong chúng ta đều có những thiếu sót ở một số lĩnh vực nhất định. Có thể một người cảm thấy xấu hổ khi thừa nhận trước mặt người khác rằng mình không thể làm hoặc đạt được một số điều nhất định. Người đó cần thừa nhận giới hạn về khả năng và khả năng thực tế của mình.

Những bất đồng và cãi vã thường xảy ra trong cuộc sống gia đình. Những vấn đề này sẽ kéo dài hoặc tái diễn nếu không ai muốn chịu thua trong xung đột và xin lỗi người kia. Vì vậy, trong gia đình nên có ít nhất một người có đức tính khiêm nhường, và người này sẽ thúc đẩy sự hòa giải. Người ấy sẽ không phán xét người khác mà sẵn sàng tha thứ và đón nhận sự thứ tha. Con người ai cũng mắc lỗi và xúc phạm lẫn nhau mỗi ngày. Ai cũng muốn sửa chữa và làm hòa với nhau. Nhưng đôi khi xung đột vẫn kéo dài do thiếu sự khiêm nhường. Để tha thứ cho người khác, người ấy cần tránh nghĩ rằng mình cao siêu và hoàn hảo hơn người khác.

Điều đó có nghĩa là người ấy phải hạ mình và coi mình là một người không hoàn hảo như bất kỳ ai khác. Việc nhận được sự tha thứ khó hơn một chút so với việc ban tặng nó, bởi vì để nhận được sự tha thứ, trước tiên, người ấy phải thừa nhận rằng mình đã phạm sai lầm. Khi có xung đột, người ta luôn khó chấp nhận rằng đó là lỗi của mình. Điều này đòi hỏi sự khiêm nhường. Với sự khiêm nhường, người ta có thể vừa nhận được sự tha thứ vừa ban tặng sự thứ tha.

Sự kiêu ngạo khiến một người trở nên cô độc trong đám đông vì anh ta cố gắng thể hiện mình vượt trội hơn người khác. Anh ta có xu hướng coi thường người khác vì anh ta nghĩ rằng người khác thấp kém hơn mình và anh ta hoàn hảo hơn họ. Ngược lại, sự khiêm nhường nâng cao một người trước mặt mọi người, vì bạn bè và hàng xóm yêu mến anh ta vì anh ta là một người khiêm nhường, và tất cả đều muốn kết giao với anh ta. Thật vậy, ai tôn mình lên sẽ bị hạ xuống, và ai hạ mình xuống sẽ được tôn lên" (Mt 23:12). Môi trường thân thiện này khiến người khiêm nhường tận hưởng vị trí của mình trong cộng đồng. Mọi người tôn trọng và tôn vinh anh ta chỉ vì anh ta là một người khiêm nhường. Nhờ đó, anh ta cảm thấy mạnh mẽ hơn trong chính nhân cách của mình và trong xã hội.

CHƯƠNG TÁM
Sự Tiết Độ

Tiết độ là gì?

Tiết độ trong tiếng Hy Lạp (eγkrαteia) có nghĩa là sự điều độ hoặc tự chủ. Nó hàm ý tránh sự thái quá trong cảm xúc và hành động. Đây là một đức tính liên quan đến sự cân bằng trong ham muốn, đam mê và hành vi. Theo truyền thống, khi nói về tiết độ, nhiều người chỉ tập trung vào khía cạnh tỉnh táo và điều độ trong ăn uống. Tuy nhiên, tiết độ, theo cách hiểu toàn diện, biểu thị sự điều độ trong mọi khía cạnh của hành vi con người. Do đó, tiết độ là một cuộc sống tự chủ về cảm giác, cảm xúc, cũng như trong lời nói và hành động được kích thích bởi cảm xúc.

Về cảm giác, có năm giác quan cần được kiểm soát: thị giác, thính giác, khứu giác, vị giác và xúc giác. Năm giác quan này hoạt động thông qua mắt để nhìn, tai để nghe, mũi để ngửi, lưỡi nếm, và da để xúc giác. Cảm giác bao gồm niềm vui và nỗi buồn, và chúng có thể trở nên thái quá nếu không được kiểm soát. Quá vui hay quá buồn có thể khiến một người đánh giá sai về môi trường xung quanh. Chúng ta có thể thể hiện quá mức hoặc quá ít cảm xúc hoặc lời nói, và cả hai thái cực này đều có thể gây ra tổn thương. Khi cảm giác, cảm xúc và lời nói không được kiểm soát, chúng có thể khiến một người hành động thái quá.

Dưới sự thúc đẩy của dục vọng, con người dễ dàng hành xử quá mức. Do đó, tiết độ là một đức tính, khi đạt được, sẽ giúp chúng ta có một cuộc sống điều độ. Cảm xúc mất cân bằng có thể tạo ra sự kiêu ngạo hoặc lòng tự trọng thấp. Cảm xúc không kiểm soát cũng có thể gây ra những điều không tốt cho người khác và dẫn đến những hành động như vu khống, xúc phạm, tức giận và bạo lực.

Kinh Thánh gọi sự tiết độ là tự chủ: "Hãy nói 'Không' với lối sống vô đạo đức và những đam mê trần tục, và sống tiết độ" (Titus 2, 12). "Chớ bao giờ thốt ra lời độc ác; nhưng hãy nói những điều tốt đẹp mà người ta cần nghe, những điều thực sự giúp ích cho họ. Đừng nói điều gì làm buồn lòng Chúa Thánh Thần, Đấng mà anh em đã được ấn chứng cho ngày cứu chuộc. Hãy loại bỏ mọi cay đắng, mọi đam mê và tức giận, mọi lời nói cay nghiệt, mọi lời lăng mạ và mọi điều độc ác" (Ê-phê-sô 4:29-32). Tự chủ trong lời nói đòi hỏi sự bình tĩnh và suy nghĩ chu đáo trước khi phát ngôn. Tự chủ trong hành động đòi hỏi một tinh thần vị tha và các nguyên tắc công bằng và tình yêu. Tự chủ trong lòng cần sự kiên nhẫn đầy lòng trắc ẩn để tranh cãi hoặc xung đột không thể lấn át các nguyên tắc khách quan. Tự chủ trong cảm xúc liên quan đến sự tự tin và hy vọng để có sự tin tưởng và khả năng chịu đựng khi phải đối mặt với một tình huống bấp bênh.

Bây giờ chúng ta sẽ thảo luận sâu hơn về bốn lĩnh vực chung của sự tiết độ: tự chủ về giác quan, tự chủ về cảm xúc, tự chủ về lời nói và tự chủ về hành động.

Tự kiểm soát các giác quan

Tất cả chúng ta đều muốn hưởng lạc thú, nhưng cần phải giữ kỷ luật trong việc kiểm soát các giác quan để làm chủ cuộc sống của mình. Đức tính tiết độ cần thiết để giúp chúng ta "điều hòa sự quyến rũ của các thú vui giác quan và cân bằng trong việc sử dụng của cải trần thế" (GLCG 1838).

Các giác quan bao gồm thị giác, thính giác, vị giác và xúc giác. Trước đây, vị giác và xúc giác được coi quan trọng vì chúng liên quan đến thức ăn, đồ uống và khoái cảm tình dục. Ngày nay, thị giác trở nên quan trọng hơn vì phần lớn mọi người sử dụng phương tiện kỹ thuật điện tử để xem hình ảnh. Giác quan quá mức có thể dẫn đến tham ăn, say xỉn, nghiện ma túy và lòng tham, v.v.

Tham ăn được coi là một trong bảy tội lỗi chết người. Nó có thể dẫn đến tổn hại về tinh thần và thể chất. Tham ăn không chỉ là việc ăn uống quá độ, mà còn là việc lựa chọn thực phẩm, cách ăn uống và tần suất ăn uống không đều đặn. Khi một người ưu tiên việc lựa chọn thực phẩm và ăn uống, đó chính là tham ăn.

Không ai nói rằng uống rượu là xấu. Ngược lại, uống rượu điều độ có thể tốt cho sức khỏe và đời sống xã hội. Tuy nhiên, uống quá nhiều rượu chắc chắn là không tốt, và nó được gọi là say xỉn. Người say xỉn mất kiểm soát lý trí, điều cần thiết để họ lựa chọn việc tốt và tránh xa tội lỗi. Do đó, khi một người chịu ảnh hưởng của say xỉn, họ đang sống trong tình trạng nguy hiểm về mặt đạo đức. Trong thời gian say xỉn, một người không thể hoạt động bình thường. Do đó, họ không thể có tâm trạng tích cực phục vụ cộng đồng và xã hội.

Nghiện ma túy có thể gây ra những tổn hại nghiêm trọng, đặc biệt là khi lạm dụng các loại ma túy như heroin, cocaine, nicotine, benzodiazepine, methamphetamine và thuốc giảm đau theo toa, v.v. Việc sử dụng quá mức các loại ma túy này sẽ gây ra những tác hại to lớn về thể chất lẫn tinh thần. Trong quá trình phát triển của chứng nghiện ma túy, mức độ nghiện tăng lên, và những hậu quả tiêu cực cũng leo thang. Mức độ nghiện càng cao, sự toàn vẹn về thể chất, xã hội, tâm lý và cảm xúc của một người càng bị tổn hại.

Thật không may, nghiện ma túy là một căn bệnh chết người vì nó đã ở giai đoạn phát triển đỉnh điểm. Giờ đây, việc chữa trị dường như rất khó khăn. Nhưng luôn có một con đường để chữa lành. Khi một người nghiện muốn thoát khỏi thói quen này, họ cần tìm kiếm sự giúp đỡ và hỗ trợ chuyên nghiệp từ gia đình và cộng đồng.

Tham lam của cải và quyền lực là một dạng nghiện ngập khác. Một người tham lam nghiện thêm của cải và quyền lực. Đây là một sai lầm mà nhiều người mắc phải. Thông thường, đó là một tâm hồn ích kỷ không thể kiểm soát được lòng ham muốn và việc tìm kiếm hai nguồn hấp dẫn nhất của cải và quyền lự này . Chúng ta thường nói: Tiền không bao giờ là đủ. Từ góc độ khách quan, người ta nói rằng chúng ta không nên để mình chìm đắm trong sự tìm kiếm vô hạn của cải vật chất hay quyền lực, nhưng nhiều người không thể kiểm soát được ham muốn và sức lao động tham lam của mình. Khi một người dành quá nhiều thời gian và công sức làm việc để kiếm thêm tiền mà bất chấp gia đình và sức khỏe thể chất, tinh thần và cảm xúc của chính mình, thì đó là lòng tham. Khi một người đấu tranh để có thêm quyền lực bằng mọi cách, bất chấp sự hy sinh lớn lao của bản thân và gia đình, thì đó là lòng tham.

Hậu quả tiêu cực của lòng tham là con người sẽ đặt nhu cầu và mong muốn của bản thân lên trên nhu cầu và mong muốn của người khác; họ cũng có xu hướng thiếu sự đồng cảm với những người đang thiếu thốn hơn. Họ thường so sánh mình với người khác và trở nên bất mãn với những gì mình đang có. Chúa Giê-su phán: "Hãy coi chừng, đừng tham lam, vì dù giàu sang, mạng sống con người cũng không nhờ của cải mà được bảo đảm" (Lc 12,15). "Điều đó cũng là phù phiếm và là một tai họa lớn. Vì con người có được lợi ích gì từ mọi nỗi vất vả và lo lắng của lòng mà họ đã làm việc dưới ánh mặt trời? Tất cả những ngày tháng buồn rầu và đau khổ là công việc của họ" (Eccl. 2, 22-23).

Người tham lam thiếu một tâm hồn và tấm lòng rộng lượng. Họ thường keo kiệt, nên người khác khó có thể kết bạn với họ. Người tham lam chịu đựng rất nhiều đau khổ mà không hề nhận thức được tình trạng khốn khổ này, hoặc thậm chí nếu họ nhận thức được sự khốn khổ của mình, họ cũng không biết nguồn gốc của nó. Người ngoài chỉ có thể thốt lên: "Ôi, tội nghiệp anh ta quá ."

Làm thế nào một người tham lam có thể thay đổi? Thật khó để tìm ra một phương pháp. Tuy nhiên, nguyên tắc để một người tham lam từ bỏ cách tiếp cận cuộc sống của mình là anh ta cần nhận ra hoàn cảnh khốn khổ của mình: các thành viên trong gia đình không hài lòng với cách anh ta sử dụng thời gian và năng lượng; anh ta không dành đủ thời gian cho bản thân và gia đình. Một trong những cơ hội tốt nhất để anh ta nhận thức được thực tế tuyệt vọng này là nếu anh ta tham gia vào một nhà thờ hoặc nhóm xã hội, để anh ta có thể hiểu tại sao những người trong cộng đoàn hoặc các nhóm này lại hạnh phúc hơn anh ta. Khi đó, anh ta sẽ tự nhủ: Tôi muốn được hạnh phúc và thư giãn như những người này.

Tự chủ trong cảm xúc: Nỗi buồn, sự bực tức và niềm vui

Mỗi khoảnh khắc trong cuộc sống, chúng ta đều có cảm xúc, đó là phản ứng của chúng ta với môi trường xung quanh. Thật vậy, những thay đổi diễn ra trong từng khoảnh khắc, và chúng ta phản ứng với những thay đổi này. Phản ứng này khiến chúng ta cảm nhận những gì đang diễn ra bên ngoài, điều này luôn ảnh hưởng đến trạng thái nội tâm của chúng ta. Khi đó, cảm xúc bên trong của chúng ta sẽ được thể hiện ra bên ngoài dưới dạng buồn bã, sợ hãi, tức giận, hay vui sướng, v.v.

Tất cả chúng ta đều từng trải qua nỗi buồn, là kết quả của phản ứng của chúng ta trước sự thất vọng, mất mát hoặc bất lực. Khi một người buồn bã, họ thường thể hiện sự thu mình và im lặng. Những hành vi này có vẻ tiêu cực. Nhưng thực tế, đó là phản ứng tự nhiên với môi trường tự nhiên. Sự không hài lòng, bất lực và mất mát xảy ra một cách tự nhiên trong cuộc sống của chúng ta. Khi chúng ta mong đợi điều gì đó xảy ra tích cực hơn, nhưng nó lại xảy ra ít hơn nhiều so với mong đợi, chúng ta cảm thấy không hài lòng. Khi chúng ta đã cố gắng hết sức để giải quyết một số vấn đề hoặc rắc rối, nhưng chúng vẫn chưa được giải quyết, chúng ta cảm thấy bất lực. Khi một người thân yêu trong gia đình, một người bạn hoặc thú cưng của chúng ta qua đời, chúng ta cảm thấy mất mát. Do đó, theo quan điểm tự nhiên của con người, nỗi buồn không hoàn toàn tiêu cực. Tuy nhiên, chúng ta không cần để nỗi buồn kiểm soát hoàn toàn cuộc sống của mình. Chúng ta có thể để nỗi buồn diễn ra tự nhiên, và chúng ta cần tiếp tục sống và hoàn thành các trách nhiệm hàng ngày của mình.

Bất lực là cảm giác khó chịu do không thể thay đổi hoặc đạt được điều gì đó. Thất vọng xảy ra khi chúng ta không thể đạt được tiến bộ, thành công hoặc sự viên mãn, bất chấp mọi nỗ lực, cố gắng và chiến lược của mình. Chúng ta có thể thành công hơn khi biết kiểm soát tốt sự thất vọng. Ngược lại, nếu để nó lấn át cảm xúc, nó có thể khiến chúng ta càu nhàu hoặc cáu kỉnh. Đôi khi, sự thất vọng không được kiểm soát có thể leo thang thành tức giận. Đương nhiên, sự thất vọng có thể khiến chúng ta mất tự tin hoặc nản lòng. Chúng ta cần học cách kiểm soát sự thất vọng.

Chắc hẳn ai trong chúng ta cũng đã từng trải nghiệm niềm vui, đó là cảm giác thích thú, mãn nguyện hoặc hài lòng với cuộc sống. Niềm vui hiện diện trong chúng ta khi chúng ta có trải nghiệm tích cực trong một mối quan hệ hoặc cảm giác đạt được mục tiêu cá nhân. Niềm vui vừa là một cảm giác tự nhiên vừa là một lựa chọn.

Đối với nhiều người, cuộc sống rất nặng nề, và đối với họ, và thực tế là đối với tất cả chúng ta, niềm vui là điều vô cùng cần thiết trong cuộc sống. Tuy nhiên, một số người không biết cách nhận ra những khía cạnh tích cực trong cuộc sống hàng ngày của họ để nhờ đó có thể sống vui. Có lẽ, những người này quá cứng nhắc hoặc quá khắt khe trong kỳ vọng của mình. Họ chỉ mong muốn sự hoàn hảo, và thường rất khó để tìm thấy điều đó. Niềm vui là một sự lựa chọn. Điều đó có nghĩa là chúng ta phải tự tìm cho mình một dịp để ăn mừng và tiệc tùng. Chúng ta cần vui vẻ trong cuộc sống hàng ngày để bù đắp cho những khoảnh khắc buồn bã và thất vọng. Chúa Giêsu Kitô đã nêu gương sáng về việc ăn mừng cuộc sống bằng cách tham dự tiệc cưới Cana.

Tự chủ trong phát ngôn: Lăng mạ và vu khống

Sự tiết độ cũng được áp dụng trong tư duy, viết lách và nói năng. Trong tư duy, người ta có thể sai lầm khi phán đoán tiêu cực về người khác. Khi diễn tả tư duy bằng lời nói, người ta có thể lăng mạ hoặc vu khống người khác một cách bất công. Trong văn viết, người ta có thể dùng lời lẽ để bôi nhọ hoặc hạ nhục người khác. Tất cả những hình thức bất công này đều là kết quả của sự thiếu tiết độ.

Lăng mạ là lời nói thiếu tôn trọng, xúc phạm, khinh miệt hoặc hạ thấp người khác với mục đích xúc phạm hoặc làm tổn thương họ. Khi lời lăng mạ được lặp đi lặp lại, nó trở thành một sự lạm dụng. Nó gây ra đau khổ lớn cho người bị tấn công.

Khi một người xúc phạm người khác trước mặt những người khác, người đó đã phạm phải một lỗi lầm nghiêm trọng. Điều này có thể khiến người đó xấu hổ trước mặt ngững người khác. Sự xúc phạm gây ra tổn hại lớn cho người bị xúc phạm; người đó có thể mất uy tín trước công chúng.

Tại sao một người lại xúc phạm người khác? Ghen tị và thù ghét là động cơ của sự xúc phạm. Một người xúc phạm người khác chỉ vì muốn xúc phạm họ bằng lời nói khinh miệt. Có lẽ, anh ta không ghét bỏ, mà chỉ không ưa một người nào đó. Để tránh xúc phạm người khác, người ta cần học các đức tính như lòng tốt, sự khiêm nhường và sự dịu dàng.

Vu khống còn tệ hơn cả lăng mạ. Vu khống là một lời nói dối hoặc bịa đặt để gây tổn hại đến danh tiếng của người khác. Tại sao một người lại vu khống người khác? Chính lòng căm thù đã thúc đẩy người ta vu khống người khác. Kẻ vu khống thấy người khác ở địa vị cao hơn mình nên muốn hạ bệ người đó. Kẻ mang lòng căm thù muốn hủy hoại người khác. Vu khống có thể là một hình thức trả thù. Làm thế nào để một người tránh vu khống người khác? Người đó cần phải hài lòng với chính mình, xây dựng lòng tự trọng, vun đắp đức tính tử tế và tha thứ, và trên hết là loại bỏ lòng căm thù.

Cả lời lăng mạ lẫn lời vu khống đều do một người độc ác và bất mãn với chính mình gây ra. Những kẻ buông lời lăng mạ và vu khống là những người khó ưa, và người khác sẽ tránh xa loại người này. Thánh Giacôbê khuyên chúng ta bằng những lời này: "Hỡi anh em, đừng nói xấu nhau. Ai nói xấu hoặc xét đoán anh em mình là nói xấu luật pháp và xét đoán luật pháp" (Giacôbê 4:11).

Tự chủ trong hành động: Sự giận dữ, phẫn nộ và bạo lực

Trong cuộc sống hàng ngày, chúng ta không phải lúc nào cũng vui vẻ, mà rất thường xuyên bất mãn hoặc thậm chí rất thất vọng với những gì đang xảy ra xung quanh. Khi đó, chúng ta thường nói: "Tôi buồn". Thậm chí, có người còn thường xuyên nói: "Tôi rất buồn". Buồn không phải là một tội lỗi và có thể chấp nhận được. Có lẽ nhiều người trong chúng ta thỉnh thoảng cũng buồn. Điều này xảy ra khi có điều gì đó không may xảy ra bất ngờ và ảnh hưởng rất lớn đến cuộc sống của chúng ta. Ví dụ, khi chúng ta đang vội vã đến gặp một người quan trọng, nhưng một trong những chiếc lốp xe mới của chúng ta lại phát nổ trên đường cao tốc. Buồn cũng có thể do người khác gây ra, ví dụ, khi một người bạn thân không nói "tạm biệt" trước khi rời khỏi đất nước trong hai năm. Trong khi "buồn" có thể không được kiểm soát vì nó đến bất ngờ, thì "Rất buồn" phải được kiểm soát vì nó nằm trong tay một người. Trên thực tế, một người có thể tự rèn luyện để tránh buồn ngay cả khi một sự kiện bất lợi xảy ra. Chắc chắn, người ta nên tự rèn luyện để chiến thắng việc buồn rất nhiều.

Sự khó chịu có thể do điều kiện môi trường tự nhiên hoặc do người khác gây ra. Chúng ta nên rèn luyện bản thân trở nên bao dung và từ bi hơn để dễ dàng tha thứ và thấu hiểu hơn tại sao người khác mắc lỗi. Một người dễ tính là người đã học được cách thấu hiểu người khác và sẵn sàng tha thứ trong hầu hết các trường hợp. Nếu một người không biết cách tha thứ, sự khó chịu có thể trở nên rất bực bội.

“Rất bực bội” là một cụm từ cực kỳ tiêu cực, và nó có thể khiến một người mất kiểm soát. Khi một người để sự bực bội vượt quá tầm kiểm soát, họ có thể trở nên tức giận. Chúng ta cần mô tả chính xác trạng thái cảm xúc của mình. Khi bạn rất bực bội, đừng nói rằng bạn đang tức giận, bởi vì khi bạn phóng đại mức độ từ “rất bực bội” thành “tức giận ”, bạn sẽ làm xấu đi bầu không khí trong gia đình và cộng đồng của mình. Khi bạn thực sự tức giận, đừng che giấu nó và nói rằng bạn không tức giận mà chỉ bực bội.

Khi bạn tức giận, mọi thứ sụp đổ. Sao rơi; mặt trời tối sầm lại; mặt trăng buồn bã; sắc mặt bạn chuyển sang màu máu; nụ cười biến mất; nếp nhăn sâu hơn, rộng hơn và rõ nét hơn. Mọi người trong gia đình bạn đều cúi mặt, nước mắt rơi trên má. Không còn ai nhìn thấy bất kỳ bông hoa nào trong vườn nữa. Không khí trong nhà bạn nặng nề đến mức không thở được. Giọng nói của bạn trở nên trầm buồn, và các thành viên trong gia đình thường nghe thấy bạn la hét. Bạn quên nói: "Cảm ơn ". Bạn đổ lỗi cho mọi người vô cớ, và mọi người đều sợ bạn, và họ muốn bỏ chạy.

Sự tức giận có thể trở thành thịnh nộ. Thịnh nộ có thể khiến chủ thể làm hại người khác. Thịnh nộ là một trong bảy tội lỗi chết người. Một người dưới sự tức giận có thể trở nên bạo lực về thể chất. Đôi khi mọi người nhầm lẫn giữa "Rất khó chịu" và "Giận dữ ". Rất khó chịu không nhất thiết khiến một người gây hại cho người khác, trong khi sự tức giận thường khiến một người ngược đãi người khác. Không ai nên tức giận. Khi chúng ta nói rằng chúng ta tức giận, có nghĩa là chúng ta đang tức giận với ai đó. Sự tức giận luôn gây hại cho người khác. Thiệt hại tối thiểu là người tức giận luôn mang lại nỗi buồn cho những người sống xung quanh họ. Người tức giận mất đi hạnh phúc, điều luôn cần thiết cho gia đình và cộng đồng rộng lớn hơn.

Chúng ta thường nói cụm từ này, "anh ấy/cô ấy mất bình tĩnh ". Nó có nghĩa là một người không thể kiểm soát cảm xúc thất vọng của mình. Anh ta cực kỳ bất mãn và trở nên rất tức giận. Khi cơn giận không được kiểm soát, nó trở thành cơn thịnh nộ. Khi một người trở nên điên rồ, và sự điên rồ của anh ta được thể hiện bằng những lời nói hoặc hành động không thể chấp nhận được. Tác hại tồi tệ nhất mà một người tức giận có thể gây ra cho người khác là làm tổn thương họ bằng lời nói hoặc hành động. Bạo lực là hậu quả thường xuyên của sự tức giận; đó là cơn thịnh nộ. Bạo lực tồi tệ nhất do tức giận gây ra là giết người. Chúa Giê-su liên hệ cơn giận với giết người. Giết người là một tội chết người. Cơn giận là tội lỗi và cũng phải chịu sự phán xét. Đây là những gì Chúa Giê-su nói về cơn giận:

"Vì Ta bảo cho các ngươi biết, nếu sự công chính của các ngươi không trổi hơn sự công chính của người Pha-ri-si và các thầy thông giáo, thì chắc chắn các ngươi sẽ không được vào Nước Trời. Các ngươi đã nghe Luật dạy người xưa rằng: Ngươi chớ giết người; và ai giết người thì đáng bị đưa ra tòa. Nhưng Ta bảo các ngươi: Ai giận anh em mình thì đáng bị đưa ra tòa. Ai mắng anh em mình là đồ điên, thì đáng bị lửa địa ngục thiêu đốt" (Mt 5:20-22). Sự công chính là sự hoàn thiện về mặt tâm linh nơi một người. Theo Chúa Giê-su, sự hoàn thiện về mặt tâm linh được mong đợi sẽ trổi hơn sự hoàn thiện về mặt tâm linh của người Pha - ri-si và các thầy thông giáo. Điều này có nghĩa là sự hoàn thiện này phải hiện diện trong tâm hồn, trái tim và trí óc như được thể hiện trong đời sống bên ngoài của một người. Người Pha-ri-si và các thầy thông giáo bề ngoài tỏ ra hoàn hảo về mặt nội tâm, nhưng thực ra họ chỉ có những dấu hiệu bên ngoài, còn nội tâm thì trống rỗng. Những người thực sự được xưng công chính không nên tức giận, lăng mạ (raca), hay khinh miệt người khác. Để hoàn hảo về mặt tâm linh, người ta phải tránh ba hành vi này.

Khi một người không thể tìm cách giải tỏa cơn giận, anh ta/ cô ta có thể trở nên cưỡng chế về mặt cảm xúc, cảm thấy phẫn nộ và muốn xúc phạm đến người khác; đây là thể hiện của bạo lực. Phẫn nộ là một trong bảy mối tội đầu.

Bạo lực bao gồm hành vi bằng lời nói và hành động. Bạo lực bằng lời nói xảy ra khi một người xúc phạm người khác bằng ngôn ngữ lăng mạ. Người bị lăng mạ bằng lời nói cảm thấy mình bị phỉ báng và làm nhục mạ. Kẻ lạm dụng đối mặt trực tiếp với người khác, mặt đối mặt và mắt đối mắt, để đe dọa và làm nhục người kia. Kẻ lạm dụng lặp đi lặp lại lời lăng mạ, và người nghe cảm thấy bị choáng ngợp. Anh ta bị tổn thương về mặt cảm xúc. Thánh Phaolô dạy rằng khi chúng ta nói, chúng ta chỉ nên dùng những lời mà người khác muốn nghe. Ông khuyên chúng ta phải tiết độ trong suy nghĩ, lời nói và hành động: "Chớ nói lời dữ ra khỏi miệng anh em; chỉ nói những điều lành mà người ta cần nghe, những điều thực sự giúp ích cho họ. Đừng làm điều gì làm buồn lòng Đức Thánh Linh, là Đấng anh em đã được ấn chứng cho ngày cứu chuộc. Hãy loại bỏ mọi cay đắng, mọi đam mê, tức giận, lời cay nghiệt, lời vu khống, và mọi điều độc ác. Thay vào đó, hãy đối xử tử tế, thương xót và tha thứ cho nhau, như Đức Chúa Trời đã tha thứ cho anh em trong Đấng Christ" (Ê-phê-sô 4:29-32). Ngược lại, kẻ ngược đãi sử dụng ngôn ngữ mà mọi người khác không muốn nghe.

Lạm dụng bằng lời nói kéo dài đôi khi dẫn đến bạo lực thể xác. Tất nhiên, bạo lực thể xác có thể xảy ra mà không cần có lời lẽ lăng mạ trước đó. Bạo lực thể xác thường đi kèm với lời lẽ lăng mạ. Bạo lực thể xác là mô tả về một người bị cơn giận dữ quá đỗi chi phối, và hành động của người đó trở nên hung bạo với đồ vật và mọi người xung quanh. Cơn giận có thể khiến người đó lật ngược mọi thứ trong nhà. Đĩa và ly trên bàn bị ném xuống sàn. Bàn ghế có thể bị đập vỡ. Cửa sổ kính có thể bị đập tan vỡ. Tất cả những hành động khủng khiếp này có thể dẫn đến bạo lực thể xác.

Bạo lực thể xác tại nhà được gọi là bạo lực gia đình. Một trong nhiều nguyên nhân dẫn đến sự gia tăng bạo lực gia đình là sự kết hợp giữa việc thiếu giáo dục và quá nhiều khó khăn trong cuộc sống. Điều này thường xảy ra khi một số thành viên trong gia đình không kiếm đủ tiền để tận hưởng những kỳ vọng tối thiểu trong cuộc sống, đồng thời không hiểu được bản chất của niềm hy vọng và sự tôn trọng cơ bản của con người. Khi có quá nhiều căng thẳng trong công việc, đặc biệt là khi căng thẳng kéo dài, và người lao động không thể tìm thấy sự giải tỏa ở nhà, họ có thể trở nên bạo lực.

Kẻ bạo lực không ngại tước đoạt phúc lợi của người khác, và nhân phẩm của họ không được tôn trọng. Nhân phẩm là một trong những thành phần quý giá nhất của một con người. Để hiểu nhân phẩm là gì và có thể tôn trọng nó, người ta cần nhận được một nền giáo dục tốt và sâu sắc. Giáo dục sâu sắc bao gồm giáo dục cơ bản cùng với sự đào tạo liên tục. Tốt nghiệp trung học phổ thông có đủ để được coi là giáo dục cơ bản không? Có lẽ là chưa. Người ta vẫn cần một vài năm giáo dục tôn giáo. Chắc chắn rằng giáo dục tôn giáo đề cập nhiều hơn đến hành vi của con người, trong khi giáo dục trung học phổ thông nhấn mạnh nhiều hơn vào khoa học. Giáo dục đại học là một sự đào tạo xa hơn, cũng cung cấp một môi trường trưởng thành cho sinh viên. Sau đó, tất cả người lao động nên được đào tạo thêm định kỳ thông qua các hội thảo. Ở các nước phương Tây, hệ thống giáo dục dường như thiếu sự nhấn mạnh vào hành vi của con người, mặc dù chất lượng tích cực của nó nằm ở khoa học và kỹ năng làm việc.

Người bạo lực cần được hỗ trợ từ tư vấn. Về cơ bản, nhà tư vấn sẽ nói về phẩm giá con người, về những tổn thương mà người bạo lực nên tránh gây ra cho người khác, về lối sống tốt đẹp hơn có thể giúp cải thiện hành vi, và về sự cần thiết của việc đào tạo liên tục (thực tế, nhà tư vấn đang cung cấp một số đào tạo liên tục trong mỗi buổi tư vấn).

Thực hành tiết độ

Tất cả chúng ta đều được kêu gọi thực hành tính tiết độ thông qua việc học thói quen tiết chế những xung động và cảm xúc của mình để có thể đưa ra những lựa chọn sáng suốt và hành xử theo cách có lợi cho bản thân và người khác.

Kinh Thánh chép: "Chớ cậy nơi của cải mình, chớ nói rằng: Ta có quyền phép ... " Hãy cậy nơi lòng mình, chớ chiều theo dục vọng mình, nhưng phải kiềm chế dục vọng mình" (Eccl. 5:1-2; 8:30). "Hỡi con, hãy chú ý đến sự khôn ngoan của ta; hãy nghiêng tai nghe sự thông sáng và tri thức của ta" (Châm Ngôn 5:1-2). Đây là những lời khuyên rất hữu ích về việc thực hành tiết độ.

Tiết độ là đức tính giúp cân bằng hành động và cảm xúc. Cảm xúc cần được điều độ để một người không hành động quá khích. Làm thế nào để thực hành tiết độ? Để đức tính tiết độ phát triển, cần thực hành hai khía cạnh: Thứ nhất, người ta cần có kiến thức về điều đúng và điều sai, tốt và xấu. Thứ hai, người ta phải thực hành tiết độ dựa trên kiến thức để kiểm soát cảm xúc và hành động.

1) Trước hết, kiến thức về điều gì đúng hay sai là điều bắt buộc để lý trí và ý chí phán đoán dựa trên kiến thức. Kiến thức về các giá trị là cần thiết để ý chí và lý trí có thể đưa ra quyết định lựa chọn phương án tốt nhất trong số nhiều phương án. Nghiên cứu bản chất con người, luật pháp và văn hóa sẽ giúp chúng ta phát triển kiến thức. Văn hóa ảnh hưởng đáng kể đến các hoạt động của con người bởi vì con người thường đi theo sự thúc đẩy của văn hóa. Nhưng không phải mọi khía cạnh của văn hóa đều tốt và có lợi; một số có thể là tiêu cực. Do đó, văn hóa cần được cải cách và cải thiện. Về mặt này, chúng ta nên nhấn mạnh tầm quan trọng của việc hội nhập văn hóa theo Phúc Âm. Hội nhập

văn hóa theo Phú Âm ngụ ý rằng Phúc Âm được đưa vào một nền văn hóa để soi sáng nó, nhằm phân biệt khía cạnh nào là tốt hay xấu. Sau đó, những khía cạnh tốt được đề cao trong khi những khía cạnh xấu bị thanh lọc.

Luật pháp giúp duy trì trật tự xã hội và cộng đồng và thúc đẩy các mối quan hệ tốt đẹp giữa con người. Tất cả đều được kỳ vọng tuân theo các quy luật thiêng liêng và tự nhiên. Ngược lại, một số luật dân sự dưới ảnh hưởng của chính trị hoặc văn hóa có thể trái ngược với các quy luật thiêng liêng hoặc tự nhiên. Người ta cần có khả năng phân biệt những quy luật này. Bản chất con người nằm trong kế hoạch sáng tạo của Chúa; Do đó, điều cần thiết là mỗi người phải tôn trọng người khác và quyền con người của họ.

2) Thứ hai, thực hành tiết độ bao gồm việc tránh sự cực đoan và thái quá. Sự thái quá về cảm giác bao gồm tham ăn, say sưa, phung phí, nghiện ngập và khiêu dâm. Sự thái quá về cảm xúc bao gồm giận dữ, kiêu ngạo, ghen tuông, cơn giận dữ, đố kỵ, và bạo lực. Khi cảm xúc trở nên thái quá, một người có thể bị thúc đẩy đến những hành động cực đoan đối với người khác, chẳng hạn như thù hận, xung đột, trả thù, bạo lực, tàn ác, vu khống, v.v. Sự thái quá trong việc tập thể hình và làm đẹp cơ thể cũng phản ánh sự thiếu tiết độ. Để thực hành đức tính tiết độ, chúng ta cần tránh những hoạt động cực đoan đã đề cập ở trên.

Trong việc thực hành đức tính tiết độ, bốn khía cạnh được nhấn mạnh nhất là sự tỉnh táo, sự kiêng khem, sự trong trắng và sự khiêm tốn. a) Tỉnh táo là việc sử dụng đồ uống có cồn một cách điều độ. Mức độ sử dụng đồ uống có cồn có thể khác nhau tùy từng cá nhân. Đồ uống có cồn nhìn chung đều tốt cho thể chất và tinh thần. Tuy nhiên, việc uống quá nhiều rượu luôn có hại. Một số người có thể cần phải kiêng hoàn toàn. b) Kiêng khem là việc kiểm soát lượng thức ăn. Việc tiêu thụ quá nhiều thức ăn gây tổn hại cho cả thể chất lẫn tinh thần của một người. c) Trong trắng là việc kiểm soát khoái cảm tình dục, cũng liên quan đến những ham muốn dục vọng. Mọi người đều có những suy nghĩ dâm dục, nhưng đây chỉ là sự cám dỗ. Người ta cần vượt qua sự cám dỗ này bằng cách điều chỉnh ham muốn tình dục. Ham muốn dục vọng có thể vượt khỏi tầm kiểm soát và gây ra những hành vi tình dục trái pháp luật và vô đạo đức. Nội dung và hình ảnh khiêu dâm là biểu hiện cụ thể của những ham muốn dục vọng không được kiểm soát và đồng thời là nguyên nhân của những hành vi vô đạo đức như khoái cảm tình dục ngoài hôn nhân (tà dâm). d) Khiêm tốn là kiểm soát biểu hiện bên ngoài trong trang phục, phong cách sống và cách nói năng.

Một thực hành khác của sự tiết độ là đời sống cầu nguyện. Tất cả chúng ta đều cầu nguyện hoặc dành những khoảnh khắc im lặng và suy ngẫm cho sức khỏe tâm linh của mình. Đời sống cầu nguyện rất cần thiết cho nỗ lực đạt được mục tiêu và hạnh phúc của chúng ta. Cầu nguyện và tiết độ bổ trợ cho nhau. Khi cảm xúc hoặc cảm giác nhục dục lên đến cực độ, sự xao lãng sẽ lấy đi sự tập trung và bình yên – đó là những yếu tố cần thiết cho lời cầu nguyện được hiệu quả. Nhưng trong khi cầu nguyện, suy ngẫm hoặc im lặng, nếu cảm xúc của chúng ta được kiểm soát, chúng ta sẽ được cảm hứng cao trong lời cầu. Nói cách khác, sự thiếu tiết độ làm xao lãng cuộc sống của chúng ta, trong khi sự tiết độ nâng cao lời cầu nguyện của chúng ta. Về mặt này, Thánh Phêrô dạy: "Hãy nghiêm trang và tỉnh táo mà cầu nguyện" (1 Phêrô 4:7). Cầu nguyện cũng giúp chúng ta tập trung vào việc điều chỉnh cuộc sống và mang lại cho chúng ta sức mạnh để chống lại cám dỗ. Trong lúc cầu nguyện, chúng ta thường đưa ra quyết tâm cải thiện cuộc sống của mình, bao gồm cả việc thực hành tiết độ.

CHƯƠNG CHÍN
Nhân Đức Khôn Ngoan

Khôn Ngoan là gì?

Khôn ngoan trong tiếng Latin (prudencia) và tiếng Hy Lạp (σύνεση) có nghĩa là sự sáng suốt, sự nhận định minh mẫn và phán đoán tốt với khả năng nhìn xa trông rộng. Triết học Hy Lạp dạy rằng với sự khôn ngoan, con người có khả năng đạt được hạnh phúc của mình. Một người cần phải làm gì hoặc học gì để đạt được phẩm chất này? Nó đòi hỏi sự hiểu biết về điều gì là tốt và điều gì là xấu và sự phán đoán đúng đắn để lựa chọn những gì nên làm trong một hoàn cảnh cụ thể. Theo lời giải thích này, có ba đặc điểm quan trọng: (1) Đức khôn ngoan mang lại hạnh phúc, đó là mục tiêu của cuộc sống con người; (2) Một người cần phải tìm hiểu về điều gì là tốt hay xấu; (3) Một người phải học cách phán đoán đúng đắn để lựa chọn hành động tốt nhất tại một thời điểm và hoàn cảnh nhất định.

Điều gì được xác định là tốt hay xấu? Nó được xác định bởi một chuẩn mực đạo đức, và một hành động là tốt hay xấu, tùy thuộc vào hoàn cảnh của sự kiện. Việc đánh giá đúng đắn được dựa trên chuẩn mực đạo đức và kinh nghiệm cá nhân.

Nếu một người không có khôn ngoan, họ sẽ chọn một hành động sai lầm, và hậu quả là thất bại và bất hạnh. Khi một người không biết cách phân biệt giữa tốt và xấu, anh ta có thể dễ dàng hiểu lầm xấu là tốt. Hoàn cảnh cụ thể đòi hỏi chúng ta phải có khả năng phân tích tất cả các yếu tố có thể có xung quanh tình huống để có thể lựa chọn phương án tốt nhất. Việc lường trước hậu quả của mỗi phương án có thể là điều không thể thiếu. Chúng ta nên đặt ra những câu hỏi trước khi lựa chọn một hành động: Nếu tôi chọn hành động này, kết quả sẽ như thế nào? Nếu tôi chọn phương án khác, kết quả sẽ ra sao? Khi lựa chọn một hành động, cần phải cân nhắc đến quyền lợi của những người khác, những người sẽ bị ảnh hưởng bởi hành động của chúng ta.

Giáo hội Công giáo định nghĩa: "Khôn ngoan là đức tính giúp lý trí thực tiễn nhận ra điều tốt đích thực của chúng ta trong mọi hoàn cảnh và lựa chọn đúng phương tiện để đạt được điều đó… Người khôn ngoan quyết định và điều khiển hành vi của mình theo sự phán đoán này. Với sự trợ giúp của đức tính này , chúng ta áp dụng các nguyên tắc luân lý vào những trường hợp cụ thể mà không sai lầm và vượt qua những nghi ngờ về điều tốt cần đạt được và điều xấu cần tránh" (GLHTCG 1806). Thật vậy, mỗi ngày chúng ta phải đưa ra nhiều quyết định về việc phải làm. Một khi đã quyết định phải làm gì vào một thời điểm nhất định, chúng ta vẫn phải quyết định cách thực hiện nó. Về việc chúng ta nên nói gì và nói như thế nào, thì việc lựa chọn phương án tốt nhất cũng giống như vậy. Khi chúng ta muốn lựa chọn hành động tốt nhất hoặc nói những lời hay nhất, chúng ta cần áp dụng đức tính khôn ngoan. Ở đây, chúng ta phải sử dụng sự khôn ngoan để đưa ra quyết định đúng đắn. Làm thế nào chúng ta có thể rèn luyện bản thân ngay bây giờ để có thể áp dụng tốt đức tính này?

Tích thu Đức Khôn Ngoan

Để đạt được đức khôn ngoan đòi hỏi phải hiểu và thực hành các yếu tố sau: nền tảng, kiến thức và sự phân định.

1. Nguyên tắc cơ bản: Chúng ta chỉ có thể đạt được hạnh phúc như mục tiêu của cuộc đời mình thông qua việc áp dụng đức khôn ngoan. Nói cách khác, khi một người thiếu khôn ngoan, anh ta sẽ mắc nhiều sai lầm hơn, gây ra tình trạng thiếu phù hợp và không hài lòng. Sự khôn ngoan có mục đích giúp một người lựa chọn những hành động và lời nói tốt nhất trong một tình huống cụ thể. Người ta cần có những yêu cầu sau: (a) Khách quan: Đây là nhận thức một cách khách quan về kế hoạch của Chúa dành cho tôi về các mục tiêu cho cuộc đời tôi. (b) Lòng vị tha: Đây là ưu tiên cho người khác. Con người là quan hệ. Do đó, hạnh phúc là toàn diện và giữa các cá nhân, và nó đòi hỏi ở chúng ta sự vị tha, trong khi ưu tiên cho người khác. (c) Tập trung vào mục tiêu: Đây là luôn luôn đặt mục tiêu hoặc ước mơ lên hàng đầu và cởi mở với mọi khả năng và phương tiện để đạt được chúng. (d) Người ta cần tránh tham vọng hoặc thờ ơ.

2. Kiến thức và kinh nghiệm: Để có kiến thức về điều gì là tốt hay xấu, chúng ta cần thực hiện các khía cạnh sau: a) Học tập: Học các nguyên tắc, quy tắc và ý tưởng từ nhiều lĩnh vực khác nhau. Về vấn đề này, người ta cần phải làm việc chăm chỉ trong học tập. Người ta nên nghiên cứu nhiều chủ đề để trở thành người am hiểu bách khoa nhất có thể. b) Sự ngoan ngoãn: Tiếp thu lời khuyên từ người khác. Điều này có nghĩa là cởi mở tiếp nhận lời khuyên từ

những người có nhiều kinh nghiệm hơn, đặc biệt là những người lớn tuổi thường có nhiều trí tuệ hơn. Phần lớn chúng ta đều có giới hạn về kiến thức và kinh nghiệm. Do đó, chúng ta cần khiêm tốn hỏi ý kiến của người khác. c) Trí nhớ: Nhớ lại những gì chúng ta đã học được từ quá khứ. Nó đề cập đến việc nhớ lại những gì đã được khám phá từ kinh nghiệm trong quá khứ.

3. Sự sáng suốt: Người ta cũng cần có khả năng nhận ra tầm quan trọng của người khác và giá trị của những thứ bên ngoài khác nhau, biết được điều gì sẽ là "hành động phù hợp" trong những hoàn cảnh khác nhau. Các khía cạnh sau đây rất có giá trị: (a) Sự nhạy bén: Đây là khả năng nhận ra tình huống với bối cảnh và văn hóa của nó để có thể áp dụng hành động phù hợp. (b) Cảnh tỉnh: Điều này nhằm ngăn ngừa nguy cơ thất bại. Người ta phải nhận ra liệu có khả năng sai sót nào không để tiến hành một cách thận trọng. Thận trọng không nhất thiết dẫn đến sự trì hoãn hoặc không hành động. (c): Đánh giá tổng quát: Điều này nhằm xem xét tất cả các yếu tố có liên quan, bao gồm kiến thức, kinh nghiệm và môi trường xung quanh có liên quan, để đưa ra các khả năng thay thế và sau đó chọn phương án tốt nhất.

Tất cả những yếu tố trên tạo nên bản chất của sự khôn ngoan. Sự khôn ngoan hoạt động và ảnh hưởng đến cuộc sống của chúng ta như thế nào? Thánh Tôma nói rằng chức năng của sự khôn ngoan "chủ yếu là hướng một điều gì đó đến một mục đích đúng đắn; và điều này sẽ không được thực hiện đúng đắn nếu mục đích không tốt, và phương tiện không tốt và phù hợp" (Summa Theologica, II, IIae 49. 7). Do đó, khi áp dụng sự khôn ngoan trong cuộc sống, chúng ta hướng đến một mục tiêu tốt và sử dụng các phương tiện tốt và phù hợp để đạt được mục tiêu này. Chúng ta đặt ra câu hỏi về cách áp dụng kiến thức và kinh nghiệm của mình vào một tình huống cụ thể để hành động phù hợp với mục đích đạt được kết quả tốt cho tất cả mọi người. Người ta cần phải chọn một hoặc nhiều trong số nhiều phương tiện tốt. Các phương tiện được chọn không chỉ tốt mà còn phải phù hợp với một hoàn cảnh cụ thể như đã nói: "Sự khôn ngoan là nhân đức giúp lý trí thực hành nhận ra điều tốt đích thực của chúng ta trong mọi hoàn cảnh và lựa chọn đúng phương tiện để đạt được điều đó" (GLCG 1806). Do đó, các phương tiện phải vừa tốt vừa đúng như một yêu cầu cho chức năng của sự khôn ngoan.

Đức khôn ngoan của Solomon

Tuy sự khôn ngoan có thể là một năng lực tự nhiên, nhưng nó cũng là một đức tính trong Kitô giáo. Đối với người Kitô hữu, sự khôn ngoan hướng đến những điều đúng đắn về mặt đạo đức và có lợi cho tất cả mọi người. Nó cũng được nuôi dưỡng bởi ân sủng siêu nhiên và được soi sáng bởi sự khôn ngoan của Chúa. Sự khôn ngoan là sự dẫn dắt để con người hành động một cách khôn ngoan. Đức khôn ngoan là món quà quý giá nhất từ Thiên Chúa. Khi một người có đức khôn ngoan, người đó sẽ thành công trong cuộc sống và đạt được hạnh phúc. Vua Solomon là một tấm gương sáng ngời về sự khôn ngoan. Ông mô tả giá trị của sự khôn ngoan bằng những lời sau:

> "Vì vậy, tôi cầu nguyện, và sự khôn ngoan đã được ban cho tôi; tôi kêu cầu Thiên Chúa, và thần trí khôn ngoan đã đến với tôi. Tôi quý trọng nàng hơn vương trượng và ngai vàng, và tôi coi của cải chẳng là gì so với nàng. Tôi cũng không so sánh nàng với bất kỳ viên ngọc vô giá nào, bởi vì tất cả vàng bạc, trong mắt nàng, chỉ là cát bụi, và bạc sẽ bị coi như đất sét trước mặt nàng. Tôi yêu nàng hơn sức khỏe và sắc đẹp, và tôi chọn nàng hơn là ánh sáng, bởi vì sự rạng rỡ của nàng không bao giờ ngừng. Mọi điều tốt lành đều đến với tôi cùng với nàng, và trong tay nàng, vô số của cải đã đến" (Kn 7: 7-11).

Người bình thường tìm kiếm tiền bạc, vàng bạc, kim cương và các loại đá quý khác. Những vật chất này thực sự có giá trị và có thể mang lại một mức độ hạnh phúc nhất định, mặc dù điều này không nhất thiết là tự nhiên. Hiếm khi ai đó đánh đổi những nguồn vật chất này để lấy trí tuệ.

Ngược lại, Solomon coi trọng khôn ngoan hơn tất cả những thực tại trần tục vô giá như ngai vàng, của cải, vàng bạc, sức khỏe và sắc đẹp.

Theo Solomon, sự khôn ngoan quý giá hơn bất kỳ của cải trần gian nào khác. Một người có thể kiếm được tiền và của cải trần gian, nhưng tự mình không thể tìm thấy sự khôn ngoan; chỉ có Chúa mới có thể ban sự khôn ngoan cho con người. Nếu không có sự khôn ngoan, một người có thể không đạt được thành công trong cuộc sống, đặc biệt là trong các mối quan hệ giữa người với người. Đức khôn ngoan là một món quà từ Thiên Chúa, nó hun đúc nên trái tim của một người. Một người có đức khôn ngoan sẽ giao tiếp với người khác bằng sự quan tâm vị tha. Trái tim anh ta chi phối hành động của anh ta, trong khi kiến thức trí tuệ chỉ là phương tiện để anh ta phân định. Cho dù một người có quan hệ với những người ở cấp trên hay cấp dưới, anh ta luôn cần sự khôn ngoan từ trái tim mình để dẫn dắt anh ta lựa chọn hướng hành động tốt nhất trong một hoàn cảnh cụ thể. Vua Sa-lô-môn cầu xin Chúa ban cho ông ơn khôn ngoan để ông có thể cai trị dân Ngài cách đúng đắn vì lợi ích của họ: "Lạy Chúa là Đức Chúa Trời của con, Chúa đã lập tôi tớ Chúa làm vua kế vị Đa-vít, cha con. Nhưng con chỉ là một đứa trẻ nhỏ, không biết phải làm gì. Tôi tớ Chúa đang ở giữa dân Chúa đã chọn, một dân đông đảo, không thể đếm xuể. Vậy, xin ban cho tôi tớ Chúa một tấm lòng sáng suốt để cai trị dân Chúa và phân biệt điều phải trái. Vì ai có thể cai trị dân lớn lao này của Chúa ?" (1 Các Vua 3:7-9).

Vì vậy, chúng ta nên cầu xin Chúa ban cho chúng ta ơn khôn ngoan. Với một tấm lòng tốt, chúng ta sẽ có thể sử dụng sự khôn ngoan trong bất kỳ hoàn cảnh cụ thể nào; chúng ta sẽ trở nên hạnh phúc và có mối quan hệ tốt đẹp với người khác, biết cách đối xử với họ bằng thái độ tốt đẹp như Thánh Giacôbê đã nói: "Sự khôn ngoan từ trời thì trước hết là thanh khiết, sau đó là hiếu hòa, tiết độ, nhu mì, đầy lòng thương xót và sinh nhiều hoa trái tốt, không thiên vị và không giả hình" (Giacôbê 3:17).

Mục đích trước mắt của cuộc đời chúng ta là sinh hoa trái. Khi một người không biết cách thực hành sự khôn ngoan, tức là sử dụng sự khôn ngoan trong những tình huống cụ thể, người ấy sẽ chỉ gặp thất bại. Thánh Phaolô nói rằng nhờ sự khôn ngoan trọn vẹn và sự sáng suốt đạo đức, chúng ta sẽ sinh hoa trái trong đời mình: "Ước gì anh em được hiểu biết trọn vẹn thánh ý Thiên Chúa, nhờ sự khôn ngoan trọn vẹn và sự sáng suốt đạo đức. Nhờ đó, anh em sống xứng đáng với Chúa và làm đẹp lòng Người trong mọi sự: sinh hoa trái trong mọi việc lành, lớn lên trong sự hiểu biết về Thiên Chúa, được thêm sức mạnh nhờ quyền năng vinh quang của Người, để anh em có thể kiên trì và nhẫn nại" (Colôsê 1:9-11).

Thực hành đức khôn ngoan

Thực hành đức khôn ngoan bao gồm hai khía cạnh: một là đưa ra phán đoán dựa trên kiến thức và kinh nghiệm, và hai là vận dụng sự phán đoán đúng đắn và thận trọng trong các vấn đề thực tế. Một người có nhiều kiến thức và kinh nghiệm hơn sẽ xử lý tình huống thực tế tốt hơn. Việc xử lý tình huống thực tế với sự phán đoán đúng đắn và thận trọng chính là quyết định cuối cùng về cách một người vận dụng khả năng khôn ngoan của mình. Quá trình này được gọi là khôn ngoan khi một người xử lý tốt đẹp một tình huống thực tế.

Mỗi người, dù là trẻ em hay người lớn, đều rèn luyện sự khôn ngoan trong cuộc sống hàng ngày tùy theo khả năng của mình, từ thành công nhỏ đến thành công lớn. Có năm giai đoạn thành công, bắt đầu từ người mới bắt đầu và đạt đến trình độ cao nhất của một chuyên gia. Trong thực tế, chúng ta nên biết rằng đáp ứng kỳ vọng chỉ là mức tối thiểu, nhưng chúng ta cần vượt qua kỳ vọng. Có 5 cấp bậc khôn ngoan mà một người có thể đang phát triển: 1) người mới bắt đầu, 2) người trung cấp, 3) người thành thạo, 4) người linh hoạt, 5) người chuyên gia. Mỗi người, khi sống trong một giai đoạn nhất định của cuộc đời, dù đang đi học, đi làm hay nghỉ hưu, đều đang trên hành trình hướng tới sự học hỏi hoàn hảo đức khôn ngoan. Cả ba giai đoạn sống khác nhau này (đi học, đi làm hoặc nghỉ hưu) đều gắn liền với những trải nghiệm sống. Với những trải nghiệm sống, mỗi người đều trải qua một quá trình phát triển và trưởng thành trong năm giai đoạn tiếp thu và thực hành đức khôn ngoan. Ba cấp bậc đầu được đánh dấu bằng việc đào tạo chính quy ở trường học và chủng viện cùng với vài năm đầu tiên của quá trình học nghề chuyên nghiệp. Hai cấp bậc sau được học hỏi từ kinh nghiệm làm việc thực tế. Trong hai cấp bậc cuối này, các kỹ năng được tiếp thu và áp dụng thông qua trực giác, và chúng vượt ra ngoài những lý thuyết học được từ trường học và đào tạo tại nơi làm việc. Kinh nghiệm sống trong công việc và các mối quan hệ cá nhân cũng đóng góp rất lớn vào những bước phát triển cao cấp này. Cấp bậc thứ năm là trình độ cao nhất, đạt được thông qua đào tạo, thực hành, công việc và kinh nghiệm sống cùng với sự suy ngẫm và trực giác cá nhân.

a) Người mới bắt đầu

Một người mới vào nghề trong lĩnh vực công việc hoặc học tập là người mới bắt đầu trên con đường đạt được thành công toàn diện được dự đoán trong tương lai bằng cách áp dụng sự khôn ngoan. Họ chỉ cần biết cách hoàn thành yêu cầu được giao từ người hướng dẫn. Họ cũng sống bằng cách quan sát đồng nghiệp và tham khảo ý kiến của người hướng dẫn. Cha mẹ và anh chị em cũng đóng một vai trò quan trọng trong sự phát triển của một người mới bắt đầu. Họ có thể hướng dẫn trực tiếp cho người đang được thụ huấn dựa trên kinh nghiệm của chính họ. Người mới bắt đầu cũng học hỏi từ việc quan sát. Thông thường, một người đang trong quá trình thụ huấn được kỳ vọng sẽ hoàn thành mục tiêu ngắn hạn của mình hàng ngày hoặc hàng tuần.

b) Người trung cấp

Một người trung cấp khi xử lý một tình huống sẽ xem xét lại các lý thuyết và nguyên tắc đã học trước đó, biết cách đặt câu hỏi về điều gì đúng hoặc sai. Anh ta cố gắng áp dụng các phản ứng khác nhau và xem xét phản ứng nào là tốt nhất. Một người trung cấp có thể sai lầm trong lựa chọn quyết định của mình. Do đó, anh ta vẫn cần nhận lời khuyên từ những người có nhiều kinh nghiệm và thận trọng hơn trong cuộc sống.

c) Người thành thạo

Người có thành thạo là người đã đi qua nhiều trải nghiệm trong cuộc sống. Họ biết điều gì là thiết yếu và điều gì ít quan trọng hơn hoặc có thể chấp nhận được. Họ không cố gắng trốn tránh tình huống mà họ phải đối mặt và họ muốn xử lý nó ngay lập tức. Họ có khả năng áp dụng các lý thuyết và nguyên tắc đã học vào cuộc sống thực. Họ giỏi quan sát và lắng nghe và có thể nhìn nhận tình huống từ cả bốn góc độ. Họ có thể nhận ra bất kỳ tác động bất ngờ nào nhờ khả năng biết nhìn nhận mọi thứ từ một quan điểm có hệ thống. Từ cách xử lý vấn đề này, họ có thể đưa ra nhiều giải pháp khác nhau trước khi quyết định phương án hành động tốt nhất. Họ có thể ước tính kết quả và hậu quả của một sự kiện; có thể so sánh giữa các tình huống khác nhau và có thể đưa ra quyết định tốt nhất. Kết quả là tích cực tùy thuộc vào quyết định được chọn lựa. Ở cấp độ này, người có khôn ngoan bắt đầu học cách tính đến nhu cầu và kỳ vọng của người khác và do đó học cách đáp ứng cảm xúc và nhu cầu của ngững người chung quanh.

d) Người linh hoạt

Một người linh hoạt đã học được cách đặt lợi ích của người khác lên hàng đầu trong những biến cố có sự hiện diện của anh. Anh ta có khả năng điều chỉnh và đưa ra quyết định nhanh chóng, và không quá phụ thuộc vào danh sách các phương pháp phản ứng. Anh ta có thể xử lý khéo léo bất kỳ tình huống cụ thể nào bởi vì anh ta biết cách đo lường cảm xúc của mình, nhận biết tâm trạng tốt hay xấu, bình tĩnh hay lo lắng. Anh ta không để cảm xúc hiện tại ảnh hưởng đến việc xử lý thành công trong bất cứ mọi tình huống cụ thể nào.

Anh ta đã học được cách phản ứng với mọi tình huống. Vì vậy, anh ta không cần phải suy nghĩ quá nhiều trong bất kỳ tình huống cụ thể nào. Mọi tình huống đa dạng đều đã lặp lại trong cuộc đời anh ta và anh đã biết đâu là hướng hành động tốt nhất trong mỗi tình huống. Tuy nhiên, những người ở cấp độ này vẫn để mình bị ràng buộc bởi những luật lệ vô lý và thiếu kỹ năng xử lý xung đột và bi kịch. Họ vẫn thiếu trực giác tốt và lòng dũng cảm để bỏ qua những phong tục không cần thiết.

e) Chuyên gia

Một người được coi là chuyên gia trong cuộc sống là người sống và làm việc dưới ảnh hưởng của đức khôn ngoan. Anh ta biết cách điều chỉnh trong mọi hoàn cảnh bằng tác động của trực giác khi đối phó với nền văn hóa cụ thể nơi anh ta đang ở vào thời điểm đó. Anh ta chú ý đến các yếu tố cụ thể của sự kiện và điều kiện sống của người khác và quan tâm đến họ. Một chuyên gia trong cuộc sống sẽ không để các quy tắc ràng buộc anh ta một cách mù quáng. Đối với anh ta, các quy tắc và luật lệ là những nguyên tắc mà không biết đến cảm xúc của con người. Lòng trắc ẩn và sự hiểu biết là những nguyên tắc và hướng dẫn trong cuộc sống của một chuyên gia. Một chuyên gia là một người khôn ngoan được đặc trưng bởi "trong sạch, yêu chuộng hòa bình, chu đáo, bông trái tốt, không thiên vị và thành thật" (Giacôbê 3: 17-18). Một người là chuyên gia trong cuộc sống biết cách giải quyết mọi xung đột, bất hạnh và tai họa. Ở cấp độ cao nhất này, trực giác là thành phần quan trọng nhất trong bản chất của một chuyên gia có đức khôn ngoan.

Trên đay là năm cấp độ sở hữu khôn ngoan. Trẻ em nằm ở hai cấp độ thấp nhất; nhiều sinh viên đại học và người mới tốt nghiệp đạt đến cấp độ thứ ba. Nhiều người lớn và chuyên gia cao tuổi vẫn còn dậm chân trong cấp độ thứ tư, trong khi có một số người đạt đến cấp độ khôn ngoan cao nhất.

CHƯƠNG MƯỜI

Các Mối Phúc Thật

Các Phúc Thật là gì?

Các Phúc Thật là những phước lành mà Chúa Giê-su Ki-tô ban cho những ai làm việc thiện cho người khác hoặc đối mặt với những thử thách do hoàn cảnh khó khăn trong cuộc sống. Những phước lành này mang lại niềm vui cho họ, vì họ đang sống và hành động với hy vọng để tìm kiếm hạnh phúc. Những lời khích lệ của Chúa Giê-su dành cho các môn đồ được mô tả trong các Phúc Thật. Ngài ban hy vọng cho những người đang trên hành trình đầy thử thách để đạt được Vương quốc Thiên Chúa ngay tại thời điểm hiện tại và trên quê hương của họ là Thiên Đàng. Vì vậy, hy vọng sống trong Vương quốc Thiên Chúa của chúng ta đặt nền tảng trên những lời hứa của Chúa Giê-su Ki-tô khi Ngài công bố các Phúc Thật theo Phúc Âm thánh Mathêu 5:1-12:

1. Phúc cho những ai có tâm hồn nghèo khó, vì Nước Trời là của họ.
2. Phước cho những ai than khóc, vì họ sẽ được an ủi.

3. Phúc cho những ai hiền lành, vì họ sẽ được đất hứa làm gia nghiệp.
4. Phước cho những ai đói khát sự công chính vì họ sẽ được no đủ.
5. Phước cho những ai có lòng thương xót, vì họ sẽ được thương xót.
6. Phước cho những ai có lòng trong sạch, vì họ sẽ được nhìn thấy Thiên Chúa.
7. Phúc cho những ai xây dựng hòa bình, vì họ sẽ được gọi là con Thiên Chúa.
8. Phúc thay những ai bị bách hại vì sống công chính, vì Nước Trời là của họ. Phúc thay các con khi vì Thầy mà bị người ta sỉ nhục, bách hại và vu khống đủ điều xấu xa. Hãy vui mừng hớn hở, vì phần thưởng các con trên trời thật lớn lao, vì các ngôn sứ thời trước các con cũng từng bị bách hại như vậy.

Chúa Giê-su rao giảng về Nước Thiên Chúa bằng câu nói: "Nước Thiên Chúa đã đến gần, hãy ăn năn" và Ngài cũng chỉ ra những điều con người nên làm để đạt được Nước ấy. Ngài dạy những điều này trên một ngọn đồi dưới hình thức một bài giảng được đám đông lắng nghe, bao gồm cả người giàu lẫn người nghèo.

Trong xã hội ngày nay, người ta có khuynh hướng khinh miệt sự than khóc, đau khổ và nghèo đói. Những ai sống trong hoàn cảnh khiêm nhường này thường bị xã hội khinh miệt, nhưng họ được Thiên Chúa của lòng thương xót và tình yêu an ủi. Thiên Chúa hứa sẽ đền bù cho họ. Vì vậy, chúng ta nên tích cực và lạc quan vì Thiên Chúa đang ban cho chúng ta nhiều điều tốt lành và Người tiếp tục ban cho chúng ta tất cả những gì chúng ta có thể cần trong tương lai. Tám phúc lành mà Chúa Giêsu công bố sẽ được đón nhận bởi những người thực hành nội dung của các mối phúc, vốn là những hình thức nhân đức khác. Trên thực tế, các mối phúc có thể được ghép đôi với các nhân đức: lòng trong sạch với đức tin, tinh thần nghèo khó với đức cậy, kiến tạo hòa bình với đức ái, lòng thương xót với sự khôn ngoan, sự hiền lành với công lý, đói khát với lòng can đảm, than khóc với lòng can đảm, bắt bớ với lòng can đảm.

Để nhận được phước lành từ Chúa Giêsu, chúng ta cần tiếp tục trung thành với ơn gọi và sứ mệnh Kitô giáo của mình bất chấp những hy sinh, đau khổ, bắt bớ hay mất mát. Những khó khăn tưởng chừng như nhỏ nhặt này tự nó không sinh hoa trái; nhưng nếu chúng ta chịu đựng chúng với lòng trung thành, thì chúng ta sẽ được Chúa ban thưởng.

Sự nghèo nàn trong tinh thần

Chúa Giê-su Kitô quan tâm đến tất cả mọi người, đặc biệt là những người yếu thế. Ngài bày tỏ lòng trắc ẩn với người nghèo và người đói. Ngài nhấn mạnh tầm quan trọng của việc từ thiện và khuyến khích người giàu chia sẻ với người nghèo. Trong thời gian Ngài ở Israel, người nghèo không nhận được bất kỳ sự hỗ trợ tài chính nào từ chính phủ và họ bị xã hội khinh miệt. Vì vậy, họ chỉ có hy vọng nơi Chúa, Đấng có thể làm phép lạ và thay đổi cuộc đời và số phận của họ. Khi họ đặt hy vọng vào Chúa, tâm linh của họ trở nên nghèo nàn, trong đó họ nhận ra giới hạn của chính mình và đặt trọn niềm tin nơi Chúa. Họ thờ phượng Chúa và cầu xin Ngài ban cho họ mọi nhu cầu, cả về tinh thần lẫn vật chất.

Có tâm hồn nghèo khó đã là một phước lành trong cuộc sống của người nghèo. Khi người nghèo có tâm hồn nghèo khó đặt hy vọng vào Chúa, họ trở nên lạc quan. Tuy nhiên, nếu một người nghèo không có tâm hồn cảm thấy cần đến Chúa, họ sẽ trở nên khốn khổ hơn. Không nhất thiết là mỗi người nghèo đều có một tâm hồn nghèo khó. Khi một người nghèo bị cuốn vào việc tìm kiếm vật chất, họ có thể trở nên quá bận rộn và do đó quên mất Chúa. Họ có thể đặt tất cả hy vọng của mình vào việc tìm kiếm tiền bạc và do đó không đặt hy vọng của mình vào Chúa. Điều đó có nghĩa là họ không nghèo về tâm hồn. Đây là bất lợi của việc nghèo về vật chất. Chỉ có một sự an ủi duy nhất cho người nghèo về vật chất là nghèo về tâm hồn và đặt hy vọng vào Chúa.

Những người giàu về vật chất cũng có thể nghèo về tinh thần nếu họ không tự mãn với sự giàu có của mình nhưng vẫn cảm thấy cần Chúa giúp đỡ. Họ biết rằng hạnh phúc không chỉ phụ thuộc vào của cải vật chất hay công sức của con người, mà chỉ phụ thuộc vào Chúa. Họ cảm thấy cần phải nương tựa vào Chúa, thờ phượng Chúa và cảm tạ Ngài. Của cải vật chất của người giàu có thể giúp người giàu trở nên nghèo hơn về tinh thần khi họ chia sẻ những gì mình có với những người đang cần. Những người giàu làm từ thiện thường nói rằng họ cho đi càng nhiều thì nhận lại càng nhiều. Cách nói này biểu thị rằng một khi họ bắt đầu chia sẻ, họ muốn tiếp tục chia sẻ. Họ cảm thấy những gì họ có không thuộc về họ mà thuộc về Chúa. Họ có nhiều hơn để chia sẻ nhiều hơn chứ không phải để giữ tất cả cho riêng mình. Người giàu biểu hiện rằng khi họ chia sẻ, họ hạnh phúc hơn. Không phải là một nghịch lý, mà là thực tế rằng những người giàu về vật chất có thể dễ dàng trở nên nghèo về tinh thần hơn.

Người nghèo vật chất có thể rơi vào tình trạng không nghèo về tinh thần nếu họ không tìm kiếm Chúa. Thay vào đó, họ dành toàn bộ năng lượng và thời gian để tìm kiếm tiền bạc. Họ cảm thấy rằng tất cả những gì họ cần là tiền bạc. Nhưng người nghèo vật chất cũng có thể nghèo về tinh thần. Họ có thể vừa tìm kiếm Chúa vừa kiếm đủ tiền cho gia đình. Họ biết rằng chỉ tiền bạc thôi không thể mang lại hạnh phúc, nhưng họ cũng cần Chúa trong cuộc sống. Ngay cả khi họ kiếm đủ tiền cho gia đình, họ vẫn còn cảm thấy nghèo về tinh thần.

Nhưng ý nghĩa trực tiếp của "tâm hồn nghèo khó" là cảm giác và niềm tin về sự cần thiết của sự hiện diện của Chúa trong cuộc sống. Người nghèo khó về tâm hồn, dù giàu có hay nghèo nàn về vật chất, luôn có cảm giác và niềm tin rằng họ cần Thiên Chúa hiện diện trong cuộc sống của mình, nếu không họ sẽ cảm thấy trống rỗng và thực sự nghèo khó. Cảm giác nghèo khó về tâm hồn sẽ dẫn đến việc tìm kiếm Chúa và mang lại sự giàu có trong cuộc sống.

Sự giàu có về vật chất là điều tốt lành mà Chúa ban cho con người, nhưng họ cần biết cách sử dụng của cải một cách đúng đắn. Kinh Thánh kể câu chuyện về một chàng trai trẻ giàu có, tự mãn với của cải vật chất của mình và không thể theo Chúa Giê-su cũng như không thể thừa hưởng sự sống đời đời: "Khi Ngài đang đi trên đường, có một người chạy đến, quỳ xuống trước mặt Ngài và hỏi: "Lạy Thầy nhân lành, tôi phải làm gì để được hưởng sự sống đời đời ?" Vậy Chúa Giê-su phán cùng người rằng: Sao ngươi gọi ta là tốt lành? Chẳng có ai tốt lành, trừ một mình Đức Chúa Trời. Ngươi biết các điều răn: Chớ ngoại tình , chớ giết người , chớ trộm cắp , chớ làm chứng gian , chớ làm hại ai , hãy hiếu kính cha mẹ ngươi . Người ấy thưa rằng: Lạy Thầy, tôi đã giữ mọi điều đó từ thuở nhỏ . Chúa Giê-su ngó người ấy mà yêu, bèn phán rằng: Ngươi chỉ thiếu một điều: Hãy đi bán hết những gì ngươi có, bố thí cho người nghèo, thì ngươi sẽ có kho tàng trên trời; rồi hãy đến, vác thập tự giá mình mà theo ta. Nhưng người ấy băn khoăn nghe lời đó, bỏ đi buồn rầu, vì người có nhiều của cải. Bấy giờ, Chúa Giê-su ngó quanh và phán cùng các môn đồ rằng: Những kẻ có của khó vào nước Đức Chúa Trời biết bao ! Các môn đồ lấy làm lạ về lời Ngài. Nhưng Chúa Giê-su lại trả lời và nói với họ rằng: "Các con ơi, những kẻ cậy vào tiền của vào Nước Thiên Chúa thật khó biết bao! Con lạc đà chui qua lỗ kim còn dễ hơn người giàu vào Nước Thiên Chúa ." Họ vô cùng kinh ngạc và nói với nhau rằng: "Vậy thì ai có thể được cứu ?" Đức Giê-su nhìn họ và nói: "Đối với loài người thì không thể được, nhưng đối với Thiên Chúa thì không phải thế; vì đối với Thiên Chúa thì mọi sự đều có thể được ." Bấy giờ, Phêrô thưa với Ngài rằng: "Thầy coi, chúng con đã bỏ tất cả mà theo Thầy ." Đức Giê-su trả lời rằng: "Quả thật, Thầy bảo các con, chẳng có ai bỏ nhà cửa, anh em, chị em, cha mẹ, con cái hay ruộng đất, vì Thầy và vì Tin Mừng, mà ngay bây giờ, ngay trong đời này, lại không nhận được nhà cửa, anh em, chị em, cha mẹ, con cái hay ruộng đất, gấp trăm lần, cùng với sự ngược đãi, và sự sống vĩnh cửu ở đời sau" (Mc 10:17-30).

Người thanh niên giàu có này có một ước muốn tự nhiên, đó là được thừa hưởng sự sống đời đời, mục đích tối hậu của con người. Chúa Giê-su bảo anh ta một điều anh ta cần làm, đó là vác thập tự giá mà theo Ngài. Nhưng của cải vật chất lại là rào cản đối với anh ta. Anh ta muốn giữ lại tất cả của cải vật chất của mình thay vì chia sẻ chúng cho người nghèo để được tự do. Đối với anh ta, của cải là tất cả những gì anh ta muốn. Anh ta không thấy cần phải theo Chúa nữa. Vì vậy, anh ta quyết định rời xa Chúa Giê-su và giữ của cải làm tài sản thay vì theo đuổi sự sống đời đời như mục tiêu đầu tiên anh ta đã hỏi Chúa Giê-su.

Người giàu có thể khó vào vương quốc của Chúa nếu họ không thể từ bỏ hoặc chia sẻ của cải của mình cho người nghèo. Nhưng người giàu không phải là không thể đạt được sự sống đời đời. Thực tế, người giàu có thể tận dụng của cải của mình như một phương tiện để đạt được mục tiêu này. Họ có thể chia sẻ của cải của mình với người nghèo để được giàu có về mặt tâm linh.

Sự giàu có về vật chất là một ân huệ từ Chúa, nhưng một người giàu có thể trở nên ngu ngốc nếu anh ta không biết cách xử lý nó một cách đúng đắn. Phúc âm Luca mô tả cách một người giàu được gọi là kẻ giàu ngu ngốc: "Một người trong đám đông nói với Ngài, "Thưa Thầy, xin bảo anh tôi chia gia tài cho tôi ." Chúa Giê-su đáp, "Này anh, ai đã đặt tôi làm người xét xử hay phân xử giữa các anh ?" Rồi Ngài nói với họ, "Hãy coi chừng! Hãy giữ mình khỏi mọi thứ tham lam; vì sự sống không phải cốt tại của cải dư dật đâu ." Rồi Ngài kể cho họ dụ ngôn này: "Đất của một người giàu kia sinh nhiều hoa lợi. Ông ta tự nghĩ: 'Mình phải làm gì đây? Mình không có chỗ chứa hoa lợi . ' "Rồi ông ta nói: 'Mình sẽ làm thế này. Mình sẽ phá các kho lẫm của mình đi và xây những cái lớn hơn, rồi tích trữ thóc lúa dư thừa vào đó. Rồi mình sẽ tự nhủ: 'Mày có nhiều thóc lúa để dành cho nhiều năm rồi. Thôi, cứ nghỉ ngơi, ăn uống và vui chơi đi". "Nhưng Thiên Chúa bảo người ấy: "Đồ ngốc! Nội đêm nay, mạng sống ngươi sẽ bị đòi lại. Vậy ai sẽ hưởng những gì ngươi đã sắm sẵn cho mình "? "Kẻ nào tích trữ của cải cho mình mà không làm giàu trước mặt Thiên Chúa thì cũng như vậy" (Lc 12,13-21).

Lòng tham và tích lũy là những thái độ sai lầm mà một người có thể rơi vào. Chúa Giê-su nói: "Hãy coi chừng! Hãy coi chừng mọi thứ tham lam ." Lòng tham không có nghĩa là một người nghèo và cố gắng làm việc chăm chỉ hơn để kiếm được nhiều tiền hơn. Lòng tham có nghĩa là khi một người đã kiếm đủ tiền theo khả năng của mình, nhưng vẫn muốn nhiều hơn nữa. Khi một người đàn ông yêu cầu Chúa Giê-su can thiệp để yêu cầu anh trai mình chia sẻ gia tài với anh ta, thì đây chưa phải là một hành động tham lam. Chúa Giê-su chỉ cảnh báo anh ta tránh xa lòng tham. Khi một người đòi hỏi người khác phải cho anh ta nhiều hơn những gì anh ta đáng được, thì đây là lòng tham. Khi một người dành quá nhiều thời gian hoặc công sức (trong khi anh ta không nên) để tìm kiếm tiền, thì đây là lòng tham.

Người giàu trong Phúc Âm được mùa bội thu và quyết định phá bỏ những kho thóc cũ để xây những kho lớn hơn nhằm tích trữ tất cả số dư. Chúa Giêsu coi ông là kẻ dại dột vì người này tích trữ những gì thực ra không giàu có đối với Thiên Chúa. Người giàu không thể mang theo những gì mình đã tích trữ khi chết. Sự dại dột có hai chiều kích: (a) Những thứ tích trữ là của cải trần gian và (b) hành động tích trữ. Nếu một người tích trữ những thứ thuộc về tâm linh, thì người đó là người khôn ngoan. Mặc dù của cải vật chất có thể dễ dàng tìm thấy, nhưng nếu chúng ta không tích trữ, chúng ta sẽ tránh được sự dại dột.

Nếu một người tích lũy của cải tinh thần, người đó là người khôn ngoan. Một người ngu ngốc thường tham lam và chỉ biết tích lũy của cải vật chất cho riêng mình. Người giàu hành động thiếu khôn ngoan khi giữ lại cho mình những vụ mùa bội thu. Ngược lại, nếu họ chia sẻ với những người đang cần, họ sẽ tránh được sự ngu ngốc. Tham lam và tích lũy là những hành động trái ngược với bố thí. Một người ngu ngốc thường tham lam và chỉ biết tích lũy của cải cho riêng mình.

Nếu người giàu phải nghèo về mặt tinh thần để được ban phước với sự sống đời đời, thì người nghèo cũng vậy. Người nghèo phải cẩn thận để không rơi vào cám dỗ tìm kiếm của cải vật chất quá mức. Khi một người nghèo không cảm thấy mình cần đến Chúa và chỉ tập trung vào việc tìm kiếm tiền bạc, thì người đó không phải là người nghèo về mặt tinh thần. Người nghèo nên cân bằng cuộc sống, dành đủ thời gian và công sức cho cả đời sống tâm linh lẫn tài chính.

Tóm lại, chúng ta có thể nói rằng cả người giàu và người nghèo đều có cùng một lời kêu gọi trở nên nghèo về tinh thần, và cả hai đều có cùng một thách thức về cách đối phó với cám dỗ liên quan đến của cải vật chất. Người giàu không nên để của cải khiến họ quá bận rộn trong việc bảo vệ hoặc giữ gìn của cải. Người nghèo không nên để mình quá bận rộn với việc làm việc quá sức để kiếm thêm tiền.

Nghèo đói vật chất luôn là một thực tại tiêu cực, mà chúng ta được kêu gọi thay đổi. Nhưng chúng ta phải thay đổi nó dưới sự hướng dẫn của Phúc Âm. Trong thực tế, vấn đề là làm thế nào để giải phóng người nghèo khỏi cuộc sống khốn khổ về vật chất của họ. Theo nghĩa này, đã xuất hiện một nhánh của thần học mới, được gọi là Thần học Giải phóng. Một trong những đặc điểm của Thần học Giải phóng là Lựa chọn Ưu tiên cho Người nghèo. Lựa chọn Ưu tiên cho Người nghèo nghĩa là gì? Hai điểm cần được làm rõ ở đây. Thứ nhất, Chúa Giêsu và Giáo hội không bao giờ ưu tiên người nghèo hơn người giàu. Thứ hai, chúng ta cần giúp người nghèo thoát khỏi tình trạng nghèo đói của họ.

Chúng ta biết rằng phần lớn dân số ở Châu Mỹ Latinh là người nghèo và do đó vào đầu thế kỷ XX, Thần học Giải phóng đã bắt nguồn từ đó. Câu hỏi đặt ra là liệu Thần học Giải phóng có thực sự ưu tiên người nghèo hơn người giàu hay không. Nhiều nhà thần học Giải phóng trả lời " Không". Thần học Giải phóng muốn tìm cách giải phóng người nghèo khỏi cảnh nghèo đói. Một số diễn giải sai lệch thậm chí còn đề xuất phương pháp của cuộc cách mạng Marxist. Ngược lại, chúng ta nên nhấn mạnh ở đây rằng Chúa Giêsu muốn cứu cả người giàu và người nghèo. Ngài có lòng thương xót đối với cả người giàu và người nghèo. Do đó, thách thức đối với Thần học Giải phóng là làm thế nào để giải phóng người giàu và người nghèo khỏi sự thiếu hy vọng vào Chúa và giúp họ có tinh thần nghèo khó, tức là đặt hy vọng vào Chúa và không chỉ dựa vào sự giàu có vật chất hay sự giải phóng vật chất.

Than khóc

Than khóc thể hiện trạng thái đau khổ tột cùng của một người bất lực. Ý nghĩa chính than khóc là khi chúng ta khóc thương cho sự mất mát người thân. Nhưng cũng có một ý nghĩa rộng hơn của khóc than là khi chúng ta mất đi một thứ gì đó quý giá đến mức không gì có thể thay thế được.

Ví dụ rõ ràng nhất về ý nghĩa chính của tang tóc là hoàn cảnh của một người phụ nữ ở Rama: "Đức Chúa phán thế này: "Người ta nghe thấy tiếng than khóc ở Ramah, tiếng than khóc thảm thiết, tiếng bà Rachel khóc thương con mình và không chịu để người ta an ủi, vì chúng không còn nữa" (Giê-rê-mia 31:15). Trong nỗi đau khổ vô bờ bến vì mất con, không một ai có thể giúp đỡ bà. Nhưng Thiên Chúa an ủi bà bằng những lời này: "Hãy nín tiếng than khóc và đừng rơi lệ, vì công việc của ngươi sẽ được đền đáp," Đức Chúa phán vậy" (Giê-rê-mia 31:15-16).

Có rất nhiều ví dụ về nỗi đau buồn sâu sắc. Ví dụ, khi một người bị kết án oan về tội giết người trong khi anh ta không liên quan gì đến tội ác đó và phải chịu án tù chung thân. Anh ta đã mất mạng trong tù mà không có ai bênh vực. Trong thâm tâm và trong những giọt nước mắt chân thành, anh ta đau buồn ngày này qua ngày khác. Người ta có thể đau buồn vì bị vu khống hoặc những tổn hại khác do người khác gây ra. Người ta có thể đau buồn vì nhà bị cháy, vì mất việc hoặc trượt kỳ thi cuối năm, v.v.

Trong cuộc sống trần gian, tất cả chúng ta đều phải trải qua những hoàn cảnh đau thương khiến chúng ta đau buồn và than khóc, và hàng xóm cùng bạn bè cũng phải đồng cảm với chúng ta. Chúa cũng thấu hiểu hoàn cảnh đau khổ của chúng ta và chia sẻ sự đồng cảm của Ngài với chúng ta. Ngài ban cho chúng ta hy vọng và hứa sẽ đền bù cho chúng ta bằng phước lành, sự an ủi và chữa lành của Ngài. Vì vậy, trong bất kỳ hoàn cảnh đau khổ nào mà chúng ta phải trải qua, chúng ta nên luôn đặt niềm tin nơi Chúa, Đấng thấu hiểu hoàn cảnh của chúng ta trong mọi khoảnh khắc.

Điều quan trọng nhất khi chúng ta phải thương tiếc là giữ vững đức tin nơi Chúa. Đây là một ví dụ: Một người phụ nữ ở Texas đã mất bốn đứa con nhỏ của mình trong một vụ tai nạn xe hơi. Một buổi chiều nọ, bà ra ngoài đón bốn đứa con từ trường về. Bà chỉ có bốn đứa con từ sáu đến mười hai tuổi và cả bốn đứa đều ở trong xe của bà. Tại một ngã tư, tai nạn xảy ra và cả bốn đứa trẻ đều tử vong. Chúng ta có thể tưởng tượng được nỗi đau khổ mà bà ấy đã phải chịu đựng. Chín năm sau, tôi dẫn một người bạn đến thăm bà với mục đích nhờ bà quyên góp một ít tiền cho một hoạt động từ thiện. Bà gọi cả năm đứa con của mình ra chào chúng tôi. Bà nói rằng Chúa đã ban phước cho bà với năm đứa con mới này. Bà nói rằng bà đã phải chịu đựng rất nhiều đau khổ và đau buồn mỗi ngày vì mất đi bốn đứa con trước đó. Bà nói rằng sau vụ tai nạn, bà vẫn tiếp tục giữ vững đức tin nơi Chúa và Chúa đã an ủi bà bằng một đứa con mới, rồi một đứa nữa, rồi một đứa nữa. Bà rất tự hào khi nói rằng giờ đây Chúa đã đền bù cho bà không chỉ bốn đứa, mà là năm đứa con đáng yêu. Bà rất nổi tiếng với lòng quảng đại trong công việc từ thiện; đó là lý do tại sao chúng tôi đến với bà và được truyền cảm hứng rất nhiều từ câu chuyện của bà. Bà than khóc buồn nhưng được an ủi như lời Chúa Giê-su đã hứa.

Sự than khóc không chỉ bao hàm phản ứng của chúng ta trước mất mát vật chất và thể xác, mà còn trước tổn thương tinh thần. Nói cách khác, có một than khóc tâm linh, đó là sự ăn năn sâu sắc về tội lỗi. Nỗi đau buồn trong cảm xúc và sử thể hiện buồn phiền diễn ra vào một khoảnh khắc cụ thể trong cuộc đời chúng ta, bởi vì chúng ta ăn năn về tội lỗi của mình. Chúng ta nhận thức được những tổn hại to lớn do tội lỗi gây ra và chúng ta vô cùng hối tiếc về điều đó. Chúa Giê-su đang nói về sự than khóc vì mất linh hồn. Khi một tội nhân than khóc vì mất linh hồn do chính tội lỗi nghiêm trọng của mình, người ấy được phước vì giờ đây đã ăn năn.

"Phước cho những ai than khóc, vì họ sẽ được an ủi". Họ sẽ được an ủi không chỉ bởi Thiên Chúa, mà còn bởi những người sống xung quanh. Chúng ta sống với nhau như anh chị em và hàng xóm. Chúng ta chia sẻ với nhau cuộc sống bằng những cảm xúc của mình. Khi một người trong cộng đồng than khóc, tất cả những người còn lại sẽ đồng cảm với người đó. Thực vậy, bổn phận của chúng ta là bày tỏ sự an ủi với những người đang than khóc: "Hãy vui với người vui; hãy than khóc với người than khóc" (Rm 12:15). Chia sẻ với nhau những cảm xúc giữa các cá nhân là bổn phận tự nhiên của chúng ta, đặc biệt là khi ai đó trong cộng đồng cần sự giúp đỡ của chúng ta.

Sự hiền lành

Một con người với tâm hồn hiền lành luôn có lòng vị tha và trắc ẩn làm bản chất tự nhiên của con người mình. Tha thứ và phục vụ là thực hành trong đời sống hằng ngày. Họ dành ưu tiên cho người khác trong tương tế người với người. Theo quan điểm Kinh Thánh, một người hiền lành về mặt tâm linh đặt ưu tiên và quan tâm đến người khác lên hàng đầu, còn lợi ích cá nhân chỉ là điều kém quan trọng hơn. Một người hiền lành sẵn sàng nhường nhịn người khác. Họ không khăng khăng theo đuổi ý muốn riêng, lợi ích cá nhân hay sự tự khẳng định chính mình. Bằng cách này, họ không quan tâm đến đường lối, ý tưởng và mong muốn của riêng mình trên hết.

Trong một số nền văn hóa phương Đông, khi một người được giáo dục tốt, họ sẽ xem xét cuộc sống của mình theo thang giá trị: Thiên Chúa, đất nước, gia đình và cuối cùng là bản thân. Để áp dụng nguyên tắc này, hãy minh họa một số tình huống mà một người sẽ đặt mình ở vị trí cuối cùng. Khi một chính phủ đàn áp tôn giáo và tự do tôn giáo, một người hiền lành sẽ không chấp nhận điều này bởi vì họ biết rằng Thiên Chúa, vị trí cao nhất trong thang giá trị, phải được tôn vinh. Trong khi từ chối vâng lời chính phủ bách hại này, người hiền lành này có thể phải đối mặt với án tù hoặc các hình phạt khác, nhưng họ vẫn chấp nhận vì họ coi mình ở vị trí cuối cùng.

Minh họa thứ hai là khi có lệnh động viên đi lính, một người hiền lành mì sẽ vui vẻ nhận lời, bất chấp nguy cơ tử trận. Anh ta coi trọng tổ quốc hơn bản thân. Minh họa thứ ba là khi một người hiền lành hy sinh tất cả vì gia đình. Anh ta sẵn sàng làm việc vì gia đình hoặc bảo vệ gia đình bất chấp sự hy sinh hay khó khăn cá nhân.

Trong cuộc sống, chúng ta đã thấy và gặp gỡ nhiều người hiền lành và chúng ta yêu mến họ. Họ làm chúng ta hạnh phúc và chúng ta muốn làm bạn với họ. Họ có nhiều thái độ tích cực: khiêm nhường, yêu thương, rộng lượng, chân thật, tha thứ, cảm thông và trắc ẩn, v.v. Một người hiền lành luôn có mối quan hệ tốt với người khác và đóng góp rất nhiều cho đời sống cộng đồng. Những thái độ tích cực này phản ánh trạng thái nội tâm của một người đang sống trong sự thánh thiện và đạo đức tốt đẹp. Một người hiền lành yêu Chúa và tình yêu này được thể hiện qua tình yêu thương dành cho tha nhân. Một người hiền lành luôn được mọi người yêu mến và kính nể.

Vì vậy, tất cả chúng ta hãy cố gắng trở nên hiền lành để được Chúa ban phước và được mọi người yêu thương. Để trở thành một con người hiền lành, chúng ta cần phải vị tha và gạt bỏ tính ích kỷ . Trong mọi mối quan hệ giữa người với người, chúng ta cần đặt người khác lên hàng đầu. Người khác được ưu tiên, nhưng bản thân tôi lại đứng về phía thiệt thòi.

Chúa Giê-su phán rằng chúng ta nên đến với Ngài để học cách sống hiền lành trong lòng: "Hãy mang lấy ách của Ta và học cùng Ta, vì Ta hiền lành và khiêm nhường trong lòng; và tâm hồn các ngươi sẽ được nghỉ ngơi. Vì ách Ta êm ái và gánh Ta nhẹ nhàng" (Mt 11:29-30). Khi chúng ta đến với Chúa Giê-su, Ngài sẽ trở thành một phần trong bản tính của chúng ta. Nếu Chúa Giê-su hiền lành trong lòng, chúng ta cũng sẽ trở nên hiền lành trong lòng.

Chúng ta thật may mắn nếu sống hiền lành. Chúa sẽ ban cho chúng ta đất đai làm gia tài. Vậy đất đai là gì? Nếu một người có một mảnh đất, họ sẽ xây nhà, hoặc ít nhất là một túp lều, và họ sẽ hạnh phúc vì được đáp ứng một quyền cơ bản của con người. Nhiều người nhập cư và tị nạn đang sống ở một vùng đất xa lạ, họ không cảm thấy mình có một quê hương, và do đó họ cảm thấy kém hạnh phúc. Đối với họ, lời hứa của Chúa ban cho họ đất đai thừa kế còn có ý nghĩa và giá trị hơn nhiều.

Việc sở hữu đất đai hay vùng đất mang lại cảm xúc an bình và thanh thản. Sự hiền lành mang lại điềm tĩnh và dịu dàng, và một người hiền lành xứng đáng có được đất đai hay một mảnh đất để định cư và sống trong bình an, vui tươi. Dĩ nhiên, vùng đất thừa kế mà Thiên Chúa hứa ban cho những người hiền lành chính là vùng đất trên Thiên Đàng. Những người sống trên Thiên Đàng đang sống trong bình an và hạnh phúc. Thực tế, những người hiền lành đã đang sống trong bình an và hạnh phúc ngay cả trên trần gian này rồi.

Đói khát sự công chính

Sự công chính ở đây hàm ý hai hướng: sự công chính của mỗi người và công lý trong xã hội.

Vì tội lỗi, chúng ta đã bất chính. Nhưng Chúa Giêsu Kitô đã hy sinh mạng sống mình trên thập tự giá để tha thứ tội lỗi và cứu rỗi chúng ta. Ngài đã biến đổi chúng ta thành người công chính. Tội lỗi của chúng ta được tha thứ khi chúng ta chịu phép Rửa tội. Nhưng khi lớn lên, chúng ta vẫn tiếp tục phạm tội. Tuy nhiên, chúng ta có thể tiếp tục nhận được sự tha thứ qua bí tích hòa giải để giao hòa bản thân với Chúa và với tha nhân. Sự công chính mà Chúa Giêsu ban cho chúng ta không chỉ đơn thuần là lời tuyên bố trắng án của một thẩm phán dân sự, mà là một sự biến đổi hoàn toàn từ bên trong một tội nhân.

Một câu hỏi được đặt ra là liệu chúng ta có muốn được tha thứ và liệu chúng ta có muốn trở nên công chính hay không? Nếu câu trả lời là "có", thì trước hết chúng ta cần có ước muốn trở nên công chính. Chúng ta nên đói khát sự công chính và nếu chúng ta làm như vậy, Chúa sẽ lấp đầy chúng ta bằng sự công chính. Nếu chúng ta thực sự mong muốn sự công chính, chúng ta sẽ làm việc cho sự công chính trong chính mình và cho xã hội. Về chính mình, chúng ta cần sống và làm điều đúng đắn và tránh điều sai trái. Khi chúng ta cảm thấy mình bất ổn, chúng ta có thể lãnh nhận bí tích hòa giải. Chúa luôn muốn đưa chúng ta trở lại với sự công chính.

Thứ hai, chúng ta cần cải thiện xã hội, biến đổi nó trở nên công chính hơn. Điều này có nghĩa là chúng ta cố gắng cải thiện các chính sách công và chuyển đổi thực tế xã hội bất công. Những thực hành này được gọi là mục vụ công lý xã hội.

Ai nên tham gia vào công lý xã hội? Công lý xã hội có nghĩa là biến đổi xã hội thành một xã hội công bằng và chính trực. Nói cách khác, môi trường sống phải phù hợp với tất cả mọi người. Mỗi người trên thế giới phải đóng góp tích cực cho thế giới thông qua công việc và cuộc sống hằng ngày. Tuy nhiên, một số người có thể tham gia trực tiếp vào công tác này hơn những người khác. Có rất nhiều công tác công lý xã hội và nhiều người tham gia làm việc toàn thời gian; những người khác chỉ tình nguyện đóng góp thời gian bán phần và nguồn lực của mình. Thông thường, công tác công lý xã hội có tham gia vào chính trị.

Trong Giáo hội Công giáo, trong khi các linh mục được yêu cầu hạn chế tham gia trực tiếp vào chính trị, thì mọi giáo dân được khuyến khích tham gia trực tiếp vào các hoạt động công bằng xã hội, kể cả chính trị: "Vai trò của các mục tử trong Giáo hội không phải là can thiệp trực tiếp vào cơ cấu chính trị và tổ chức đời sống xã hội. Nhiệm vụ này là một phần trong ơn gọi của giáo dân, hành động theo sáng kiến của riêng họ với những người đồng bào của mình" (GLCG. 2442). Tuy nhiên, các linh mục có thể đưa ra phán quyết của mình về các chính sách xã hội do chính quyền dân sự thúc đẩy hoặc cấm đoán: "Một phần trong sứ mệnh của Giáo hội là đưa ra các phán quyết đạo đức ngay cả trong các vấn đề liên quan đến chính trị, bất cứ khi nào các quyền cơ bản của con người hoặc phần rỗi các linh hồn đòi hỏi điều đó" (GLCG. 2246; GS 76). Tuy nhiên, thường không có cách giải thích rõ ràng về tuyên bố của linh mục về một vấn đề xã hội, và mọi người thường phàn nàn, nói rằng linh mục này/linh mục kia lại tham gia vào chính trị!

Vào thế kỷ XX, Thần học Giải phóng chủ trương các linh mục tham gia trực tiếp vào chính trị để cải thiện xã hội, đặc biệt là ưu tiên người nghèo. Tuy nhiên, phong trào này bị coi là gây tranh cãi. Đây là một phong trào khởi xướng từ Châu Mỹ Latinh và ban đầu nhận được sự ủng hộ nhiệt tình trên toàn thế giới. Nhưng dường như ảnh hưởng của nó đã chững lại trong thế kỷ XXI.

Lòng thương xót

Một đặc sủng của Thiên Chúa là lòng thương xót vô biên. Thiên Chúa yêu thương tất cả mọi người, đặc biệt là những người tội lỗi, người nghèo và những người đau khổ. Thật vậy, Thiên Chúa thương xót tất cả chúng ta bởi vì tất cả chúng ta đều là con cái của Ngài. Kinh Thánh thuật lại rằng những người tội lỗi và người bệnh đã cầu xin Chúa Giêsu giúp đỡ bằng cách thốt lên: "Lạy Chúa Giêsu, Con vua Đavít, xin thương xót chúng tôi" (Mt 9:27). Họ đang ở trong tình trạng tuyệt vọng và thấy mình bất lực. Chúa Giêsu nói với các môn đệ: "Ta chạnh lòng thương họ" (Mt 9:36).

Thiên Chúa cũng muốn chúng ta thương xót lẫn nhau. Vì vậy, nếu chúng ta thương xót người khác, chúng ta sẽ sẵn sàng giúp đỡ những người đang gặp khó khăn. Điều này có nghĩa là tha thứ, giúp đỡ người đói, người vô gia cư, người nhập cư, người nước ngoài, người bệnh, v.v. Để tha thứ và giúp đỡ những người đang gặp khó khăn, chúng ta nên nhận thức rằng chúng ta cũng cần nhận được lòng thương xót từ Thiên Chúa và từ mọi người. Chúng ta phải thừa nhận rằng chúng ta cũng là tội nhân và cần được tha thứ. Kinh nghiệm được Chúa và những người khác tha thứ cho mình sẽ truyền cảm hứng cho chúng ta bày tỏ lòng trắc ẩn với người khác.

Ban phát và nhận lãnh thương xót là hai công việc hỗ trợ lẫn nhau. Ban phát lòng thương xót cho người khác sẽ giúp chúng ta sẵn sàng đón nhận lòng thương xót từ Thiên Chúa. Việc tỏ lòng thương xót cho người khác không phải là điều kiện để nhận được lòng thương xót từ Thiên Chúa, nhưng là một kinh nghiệm về niềm vui và ân sủng. Nói cách khác, nếu chúng ta có kinh nghiệm về lòng thương xót đối với người khác, chúng ta sẽ biết được tầm quan trọng và niềm vui khi nhận được lòng thương xót từ Thiên Chúa hoặc từ người khác. Từ kinh nghiệm này, chúng ta muốn được vui mừng bằng cách nhận được lòng thương xót từ Thiên Chúa và từ người khác. Đây là điều Thánh Phaolô nói: "Chúc tụng Thiên Chúa, Cha Đức Giêsu Kitô, Chúa chúng ta, là Cha hay thương xót, là Thiên Chúa của mọi niềm an ủi! Người an ủi chúng ta trong mọi cơn gian nan thử thách, và nhờ đó, chúng ta có thể an ủi những người đang gặp gian truân, bằng chính niềm an ủi mà chúng ta đã nhận được từ Người. Như chúng ta đã chia sẻ nhiều đau khổ của Đức Kitô, thì nhờ Đức Kitô, chúng ta cũng được chia sẻ dồi dào niềm an ủi của Người" (2 Côrinto 1, 3-5).

Thiên Chúa luôn sẵn sàng ban ơn thương xót cho chúng ta, nhưng chính chúng ta phải đến với Ngài để đón nhận. Chúng ta sẽ sẵn sàng đến với Ngài nếu chúng ta có kinh nghiệm ban ơn thương xót cho người khác. Vì vậy, trong cuộc sống, chúng ta cần thực hành lòng thương xót. Thực vậy, chúng ta càng ban ơn thương xót, chúng ta càng nhận được ơn thương xót từ Thiên Chúa và ngược lại. Chính vì vậy, Chúa Giêsu đã phán: "Vì ai đã có, thì sẽ được cho thêm, và người ấy sẽ có dư dật" (Mt 13:12).

Trong lời cầu nguyện "Lạy Cha chúng con ", chúng ta cầu nguyện: "Xin tha nợ chúng con như chúng con cũng tha kẻ có nợ chúng con ". Điều này có nghĩa là nếu chúng ta thương xót và tha thứ cho người khác, Chúa sẽ thương xót và tha thứ cho chúng ta. Khi chúng ta tha thứ, chúng ta cũng nhận được sự tha thứ từ người khác; người khác cũng sẽ thương xót chúng ta và tha thứ cho chúng ta. Khi chúng ta có lòng thương xót, chúng ta sẽ được Chúa và người khác thương xót.

Lạy Chúa, xin thương xót. Lạy Chúa Kitô, xin thương xót. Lòng thương xót nghĩa là tha thứ. Chúng ta cầu xin Chúa tha thứ cho chúng ta. Chúng ta cũng tha thứ cho nhau. Tha thứ bao gồm tha thứ lỗi lầm và tha thứ nợ nần. Tha thứ cho người khác không có nghĩa là tha thứ tội lỗi của họ. Chúng ta không thể tha thứ tội lỗi; chỉ có Chúa mới có thể tha thứ tội lỗi. Nhưng chúng con có thể và phải tha thứ lỗi lầm và thiếu sót của người khác.

Để dễ dàng tha thứ hơn, chúng ta cần học cách không phán xét hay lên án người khác. Một phương pháp để tránh phán xét và lên án là tìm ra một lý do chính đáng cho việc tại sao người khác mắc lỗi. Chúng ta có thể nói rằng: "Ồ, họ không thể tránh khỏi lỗi lầm này, nên tôi sẽ không lên án anh ấy; tôi tha thứ cho anh ấy."

Sự trong sáng trong trái tim

Thiên Chúa yêu thương con cái Ngài và Ngài muốn chúng ta ở cùng Ngài. Chúa Giê-su phán: "Phước cho những ai có lòng trong sạch, vì họ sẽ được thấy Thiên Chúa." Vì vậy, để được ở cùng Thiên Chúa và thấy Ngài, người ta cần phải có một tấm lòng trong sạch. Dĩ nhiên, chúng ta có thể thấy Thiên Chúa ngay bây giờ và cả trên thiên đàng. Một tấm lòng trong sạch không có chỗ cho những suy nghĩ hay ham muốn ô uế.

Chúng ta có thể rèn luyện bản thân để có thói quen trong sạch và sống một cuộc sống thanh tịnh. Cuộc sống thanh tịnh bao gồm ba khía cạnh: a) sống chân thật, không che giấu bất kỳ hành vi xúc phạm đến chuẩn mực đạo đức, b) có một tâm hồn không ham muốn điều gì sai trái cho bản thân và cho người khác, c) biết lựa chọn điều tốt và tránh điều xấu.

Khi một người có tâm hồn trong sáng nhìn nhận người khác , họ sẽ thấy nhiều khía cạnh tích cực hơn. Họ sẽ không phán xét hay lên án người khác. Liệu có đúng khi nói rằng một người có tâm hồn trong sáng sẽ không nhìn thấy những khía cạnh tiêu cực của người khác? Đúng vậy, một người trong sáng có lăng kính màu trắng phản ánh cái nhìn tích cực của họ về người khác và họ có xu hướng nhìn thấy những điều tốt đẹp ở người khác. Họ cũng tránh phán xét hay lên án người khác. Phán xét và lên án không phải là một việc vui vẻ; chúng gây ra bất hạnh cho những người thực hành chúng. Những người có thói quen phán xét hay lên án thường thể hiện những hành vi cáu kỉnh và tạo ra bất hạnh cho gia đình và cộng đồng.

Mục đích của cuộc sống trần gian là bước vào vương quốc của Đức Chúa Trời trên thiên đàng để có được cuộc sống hạnh phúc vĩnh cửu với Ngài. Cuộc sống trần gian là một hành trình, không phải là định mệnh. Vì vậy, chúng ta nên hướng đến cuộc sống trên thiên đàng và chuẩn bị cho điều đó, bắt đầu từ bây giờ và ngay tại đây trên đất này bằng cách sống một cuộc sống với tấm lòng trong sạch. Chúng ta vẫn đang trong quá trình thanh tẩy tâm hồn và cần nỗ lực mỗi ngày. Thực ra, với nỗ lực này, chúng ta đã thấy Thiên Chúa trong cuộc sống trần gian của mình và chắc chắn rằng chúng ta sẽ được gặp Ngài mặt đối mặt trên thiên đàng.

Để lên Thiên Đàng và gặp mặt Chúa, người ta cần phải có tâm hồn trong sạch. Khi chết, nếu vẫn còn tội lỗi trong tâm hồn, người ta cần được thanh tẩy cho đến khi hoàn toàn trong sạch; lúc đó người ta mới có thể lên Thiên Đàng.

Việc có một trái tim trong sạch ngày càng khó khăn hơn kể từ khi các mạng xã hội như Facebook, Instagram, Twitter, Tik Tok, Snap Chat, YouTube, v.v. ra đời. Những mạng xã hội này có thể rất hữu ích nếu một người biết đúng lúc và đúng cách sử dụng chúng cho những mục đích tốt, nhưng chúng cũng là gốc rễ của nhiều cám dỗ không mong muốn. Có lẽ khiêu dâm là nguồn gây ô uế phổ biến nhất.

Chúng ta nên khôn ngoan để nhận ra điều gì có thể đóng góp tích cực cho tấm lòng mình, để chúng ta có thể tránh sử dụng những gì có thể gây ra sự ô uế cho tấm lòng. Thành công trong nỗ lực này là trách nhiệm của chính chúng ta. Nhưng đồng thời, chúng ta cũng nên biết rằng Chúa có thể giúp chúng ta rất nhiều. Đây là lời của Chúa: "Ta sẽ rảy nước trong trên các ngươi, để làm sạch các ngươi khỏi mọi ô uế, và làm sạch các ngươi khỏi mọi thần tượng của các ngươi. Ta sẽ ban cho các ngươi một tấm lòng mới và đặt một tinh thần mới trong các ngươi, cất khỏi thân thể các ngươi tấm lòng bằng đá. Ta sẽ đặt Thần Ta trong các ngươi và khiến các ngươi sống theo luật lệ Ta, cẩn thận vâng giữ các mạng lệnh Ta" (Ê-xê-chi-ên 36:25-27).

Rõ ràng là một người có tâm hồn trong sạch sẽ có cơ hội nhìn thấy Chúa, như Kinh Thánh đã chép: "Người nào làm việc ngay thẳng, lòng trong sạch sẽ được lên núi Chúa. Người nào tay trong sạch, lòng trong sạch, chẳng ham muốn điều phù phiếm, chẳng thề dối để gạt người lân cận, sẽ được Chúa ban phước" (Thánh Vịnh 24).

Những người gìn giữ hòa bình

Chúng ta thường nói "Ông ấy sống như một vị vua" khi muốn nghiệm ý rằng người đó có một lối sống tốt. Thông thường, tất cả chúng ta đều mong muốn được làm con vua và sống trong lâu đài để có một cuộc sống tốt đẹp. Làm con cái Thiên Chúa thậm chí còn tốt hơn nhiều so với làm con vua. Như Chúa Giê-su đã nói: "Phước cho những người kiến tạo hòa bình, vì họ sẽ được gọi là con cái của Chúa", vậy chúng ta có nên cố gắng trở thành người kiến tạo hòa bình để được coi là con cái của Chúa không? Làm thế nào tôi có thể trở thành người kiến tạo hòa bình?

Xây dựng hòa bình là một sứ mệnh được ban tặng cho mỗi người. Theo bản chất tự nhiên, khi tôi thấy xung đột giữa những người xung quanh, tôi muốn góp phần giải quyết xung đột đó. Khi bản thân tôi có xung đột với người khác, tôi muốn hòa giải. Vì vậy, chúng ta có thể tự tin nói rằng theo bẩm sinh tất cả chúng ta đều là những người kiến tạo hòa bình. Nhưng làm thế nào và trong điều kiện nào chúng ta có thể hành động như những người kiến tạo hòa bình là điều chúng ta cần thảo luận ngay bây giờ.

Trước khi một người có thể tạo dựng hòa bình giữa mọi người, trước hết người đó cần có sự bình an trong chính mình. Người đó phải có một lương tâm trong sáng và được soi sáng; một lương tâm không bị vấy bẩn bởi bất kỳ hành động hay suy nghĩ sai trái nào. Người đó cũng cần tránh bất kỳ sự hỗn loạn nào, vốn là kết quả của sự xáo trộn, hoang mang hoặc bất định lớn. Điều này có nghĩa là người đó phải xóa tan mọi sự bất ổn trong cuộc sống của mình. Sau đó, người đó mới có thể tạo dựng hòa bình giữa mình với người khác hoặc giữa mọi người.

Liệu một người không có sự bình an nội tâm có thể kiến tạo hòa bình cho thế giới? Câu trả lời là "Không". Khi một người sống trong sự hỗn loạn hay xung đột nội tâm, lúc đó người đó đang sống trong quá trình đối phó với những bất an và bất hạnh trong chính mình. Trong thời gian khi một người không bình an vì lương tâm đang đấu tranh hay do sự lưỡng lự trong việc đưa ra quyết định liên quan đến công việc, trường học, không gian sống, v.v., người đó chỉ có thể có năng lực và sự tập trung để cố gắng giải quyết bất kỳ vấn đề chính mình đang gặp phải. Người đó sẽ không có khả năng và sự sẵn lòng để làm những việc khác như mang lại hòa bình cho người khác hay đóng góp cho một môi trường an toàn hơn trong thành phố.

Để trở thành người kiến tạo hòa bình, trước hết người ta phải có sự bình an trong tâm hồn, trong trái tim và trong trí óc. Trạng thái sống bình an này dựa trên việc có mối quan hệ tốt đẹp với Chúa. Những người con tốt của Chúa sống trong hòa bình. Họ có sự bình an trong mối quan hệ với Chúa và với người khác. Họ vun đắp hòa bình trong gia đình và trong xã hội. Trong cuộc sống hàng ngày, họ cố gắng tránh xung đột, sẵn sàng tha thứ cho người khác và giải quyết mọi bất hòa. Con cái của Chúa có mối quan hệ tốt đẹp với Chúa và họ là những người kiến tạo hòa bình. Những người đang cố gắng kiến tạo hòa bình trên thế giới được gọi là con cái của Chúa. Họ được gọi là con cái của Chúa và đang trở thành con cái của Chúa. Đây là một phước lành từ Chúa dành cho những người kiến tạo hòa bình vì họ trở thành con cái của Chúa.

Chúng ta thường nghe mọi người nói câu này: "Tôi muốn sống trong hòa bình". Câu này có thể bao hàm hai ý nghĩa. Thứ nhất, một người không muốn bị người khác làm phiền. Nó cũng có nghĩa là một người muốn sống ở một nơi không có rắc rối do môi trường không thân thiện gây ra.

Nhiều con cái của Chúa tham gia vào chính trị để xây dựng hòa bình trên thế giới. Họ là những người kiến tạo hòa bình và trung gian hòa bình. Trên thực tế, tất cả chúng ta đều được kêu gọi trở thành những người kiến tạo hòa bình. Nếu tất cả mọi người trên thế giới đều là những người kiến tạo hòa bình, thì sẽ chỉ có hòa bình và tình yêu trên thế giới. Khi chúng ta là những người kiến tạo hòa bình, chúng ta sẽ không để xung đột, chiến tranh hoặc bất hòa xảy ra trong gia đình, xã hội và trên thế giới.

Hòa bình nghĩa là giữ mọi thứ trong trật tự, trật tự của thiên nhiên, trật tự của gia đình và trật tự của cộng đồng. Hòa bình nghĩa là tôn trọng sự sống con người và tôn trọng thiên nhiên. Người kiến tạo hòa bình hiểu rằng Chúa tạo ra con người và thế giới, và Ngài muốn thế giới vật chất được trật tự và bảo vệ. Khi mọi thứ đều trật tự, sẽ có hòa bình.

Sự bức hại

Tất cả các môn đồ của Chúa Giê-su đều nhận lãnh sứ mệnh truyền giáo và làm chứng cho Chúa Giê-su Kitô. Họ công bố chân lý về Chúa Giê-su và Vương quốc Thiên Chúa. Họ sống theo chân lý và bảo vệ chân lý. Chính vì vậy, họ gặp phải sự chống đối từ nhiều người. Những kẻ bất chính sẵn sàng bắt bớ các môn đệ của Chúa Giê-su. Nhưng các môn đồ của Ngài không hề sợ hãi; trái lại, họ nhận được sức mạnh và sự hướng dẫn từ Chúa Thánh Linh để có thể kiên trì trong sứ mệnh của mình.

Các môn đồ của Chúa Giê-su thường phải chịu đựng sự vu khống, sỉ nhục, chỉ trích và bắt bớ. Nhưng Chúa Giê-su hứa ban cho họ Nước Trời, đó là mục đích cuối cùng của cuộc đời họ. Chính Chúa Giê-su đã bị bác bỏ và tất cả các tiên tri đều bị chối từ; do đó, các môn đồ của Ngài cũng chịu chung số phận. Nhưng Chúa Giê-su khuyên họ hãy vui mừng và hân hoan vì một tương lai tươi sáng đang chờ đón họ.

"Phúc cho anh em khi vì Thầy mà bị người ta sỉ vả, bách hại và vu khống đủ điều xấu xa. Anh em hãy vui mừng hớn hở, vì phần thưởng dành cho anh em ở trên trời thật lớn lao, vì người ta cũng đã từng bách hại các ngôn sứ trước anh em như vậy " (Mt 5,12). Sự bách hại xảy ra theo nhiều cách khác nhau. Khi một người bị buộc phải đổ máu hoặc chịu đau khổ về thể xác; đó là sự bách hại. Khi một người bị sỉ nhục, vu khống và đủ điều xấu xa, đó là sự bách hại.

Khi một người bị đối xử bất công, đó là sự bách hại. Có một linh mục đã phục vụ tại một giáo phận ở Texas, Hoa Kỳ trong năm năm. Tất cả giáo dân đều thích nghe những bài giảng của ngài và rất vui khi được nói chuyện với ngài. Tình yêu thương mà mọi người dành cho ngài đã thúc đẩy ngài nộp đơn xin được chính thức nhập vào địa phận. Ngài mong muốn được phục vụ ở đó đến hết đời. Ngài cũng muốn có sự đảm bảo cho tương lai của mình nếu thuộc về giáo phận đó. Cảm giác thuộc về là nền tảng cho mỗi người và cũng cho chính ngài. Những người đã kết hôn thuộc về gia đình của họ; Linh mục thuộc một giáo phận hoặc một dòng tu. Nhưng việc nộp đơn xin nhập địa phận cũng có nguy cơ bị từ chối. Ngài đã chờ đợi câu trả lời trong lo lắng suốt sáu tháng. Cuối cùng, hội đồng của Giáo phận đã bỏ phiếu "Không". Giáo phận yêu cầu ngài rời khỏi giáo phận. Mọi người đều nói rằng nếu ngài không nộp đơn xin nhập địa phận, ngài sẽ được phép tiếp tục phục vụ và thi hành chức vụ trong giáo phận đó. Nhưng giờ đây, giáo phận phải trả lời bằng những điều khoản rõ ràng và cụ thể. Ngài đã chờ đợi với hy vọng, và hy vọng của ngài đã có nền tảng. Ngài đang phục vụ với tư cách là Cha sở của giáo xứ, và tin rằng mình đang làm tốt mọi việc, hoàn thành mọi trách nhiệm của mình, và câu trả lời cho đơn xin của ngài phải là tích cực.

Câu trả lời từ hội đồng giáo phận đã làm cha và tất cả giáo dân sửng sốt. May mắn thay, vị linh mục này vẫn kiên trì và tiếp tục sứ vụ của mình. Cho đến nay, cha đã phục vụ chín năm tại một giáo phận khác ở Bờ Đông, và cha đang phục vụ rất tốt.

Các linh mục thực sự là môn đệ của Chúa Giêsu, những người được sai đi rao giảng. Giống như hoa ngoài đồng và chim trên trời, Chúa sẽ chăm sóc và bảo vệ họ. Để kiên trì, các linh mục cần nhớ điều Chúa Giêsu đã nói: "Nơi nào các con không được chào đón, hãy phủi bụi khỏi chân và đi đến nơi khác ". Các linh mục luôn có một nơi để phục vụ, và sứ mệnh được truyền cho các linh mục phải hoàn thành ở khắp mọi nơi.

Hy vọng của chúng tôi là không một Kitô hữu nào phải sợ hãi vì Chúa Giê-su đã phán: "Đừng sợ hãi". Thực sự có đúng khi nói rằng chúng ta không cần phải đối mặt với bất kỳ nỗi sợ hãi nào? Mỗi ngày, chúng ta phải đối mặt với nhiều vấn đề khiến chúng ta sợ hãi. Nhưng Chúa thuyết phục chúng ta đừng sợ hãi. Đúng là có sợ hãi, nhưng chúng ta phải vượt qua và chế ngự nỗi sợ hãi. Tuy nhiên, chúng ta cũng cần giúp đỡ lẫn nhau để đánh bại nỗi sợ hãi. Một cách để đạt được mục đích này là chỉ ra tất cả các loại bất công và cố gắng sửa đổi xã hội.

Năm nay, một nữ tu đã viết trong lời chúc Giáng sinh rằng chúng ta không có gì phải sợ. Liệu có đúng là chúng ta không có gì phải sợ, hay chúng ta đang sợ điều gì đó? Chúa Giêsu phán: "Đừng sợ" và "Đừng để lòng mình xao xuyến ". Có quá nhiều vấn đề và rắc rối trên thế giới ảnh hưởng lớn đến cuộc sống của chúng ta. Vì vậy, thật đúng khi nói rằng có nhiều điều phải sợ, nhưng chúng ta không nên sợ hãi vì chúng ta có thể vượt qua những điều đáng sợ này. Cũng rất quan trọng khi nói rằng vì Chúa luôn ở bên chúng ta, chúng ta không nên sợ hãi bất cứ điều gì.

Tâm lý học cơ bản cho rằng an ninh là nhu cầu thiết yếu của mỗi người. An ninh tại nơi làm việc, an ninh trên đường phố, an ninh trong khu phố, và an ninh cho tương lai cả về thể chất lẫn tinh thần, tất cả đều thiết yếu trong cuộc sống. Ở nhiều khía cạnh của cuộc sống, khi nghĩ đến những nhu cầu thiết yếu này, con người thường cảm thấy đau khổ. Nhưng Chúa Giê-su phán: "Đừng để lòng mình bối rối", giống như hoa ngoài đồng và chim trên trời, nếu Chúa ban ơn cho chúng, Ngài cũng ban ơn cho chúng ta. Nhưng con người đang gây ra vấn đề khi họ làm lu mờ sự an ninh trong xã hội. Vì vậy, chúng ta hãy nhận thức được thực tế này và thúc đẩy sự an ninh cho tất cả mọi người.

CHƯƠNG MƯỜI MỘT

Con Đường, Sự Thật và Cuộc sống

Thiên Chúa tạo dựng vũ trụ và con người. Trong công trình sáng tạo, Ngài có ý định ban cho nhân loại hạnh phúc vĩnh cửu. Nhưng A-đam, Ê-va và chúng ta đã đánh mất hạnh phúc ấy. Tuy nhiên, Thiên Chúa có một kế hoạch thứ hai, Ngài sai Con Một của Ngài đến để khôi phục lại hạnh phúc nguyên thủy này cho chúng ta. Chúng ta chỉ cần đến với Chúa Giê-su để tìm hiểu cách đạt được hạnh phúc ấy.

Tất cả chúng ta đều đang cố gắng tìm cách sống tốt nhất để đạt được hạnh phúc đích thực và lâu dài. Nhưng có lẽ tất cả chúng ta đều có kinh nghiệm về một số thất bại trong nỗ lực này. Chúa Giê-su chỉ cho chúng ta con đường. Chúa Giê-su là Con Thiên Chúa, Đấng luôn ở đó từ đời đời. Sau đó, Ngài đã trở thành một con người cách đây hơn 2025 năm. Ngài được sinh ra bởi Thánh Giuse và Mẹ Maria tại Bethlehem, Israel. Khi Chúa Giê-su được 30 tuổi, Ngài đã dạy rằng "Ngài là con đường, sự thật và sự sống" (Gioan 14: 6) và "bất cứ ai tin vào Ngài sẽ có sự sống đời đời" (Gioan 3: 15). Vì vậy, chúng ta có thể học từ Ngài phương pháp để đạt được hạnh phúc và sự sống đời đời. Phương pháp sống này bao gồm ba yếu tố: một con đường, một một một hướng đi và một cuộc sống.

Một Con Đường: Đường Thập Giá

Là con người được tạo dựng, tất cả chúng ta đã cố gắng tìm kiếm hạnh phúc và bảo vệ cuộc sống của mình nhưng không mấy thành công. Tuy nhiên, Chúa Giê-su đã ban cho chúng ta sự hướng dẫn của Ngài. Chúng ta cần theo Ngài và học hỏi con đường, lối đi và cách sống để đạt được kỳ vọng này. Chỉ có một con đường duy nhất, đó là con đường thập giá.

Con Thiên Chúa (Chúa Giêsu) đã trở thành con người và đồng thời vẫn là Thiên Chúa. Ngài không buộc phải chịu đựng bất kỳ đau khổ nào, nhưng Ngài đã chấp nhận gánh nặng vác Thập Giá và bị đóng đinh trên Thập Giá này. Thật vậy, Thập Giá là con đường của Ngài. Tuy nhiên, con đường thập giá này đã dẫn đến sự phục sinh vinh quang của Ngài. Từ kinh nghiệm cá nhân này, Chúa Giêsu khẳng định rằng chúng ta cũng cần phải bước theo con đường của Ngài, đó là con đường thập giá. Đây là những gì Ngài phán: "Ai muốn làm môn đệ Ta, phải từ bỏ chính mình, vác thập giá mình mà theo Ta. Vì ai muốn cứu mạng sống mình thì sẽ mất, còn ai liều mất mạng sống mình vì Ta và vì Tin Mừng thì sẽ cứu được mạng sống ấy" (Lc 9, 23-24).

Chúa Giêsu đã vạch sẵn con đường Thập Giá cho chúng ta, và chính Ngài đã bước đi trên con đường này. Thực vậy, Ngài đã dùng chính mạng sống mình để đóng dấu con đường này và làm gương cho chúng ta. Ngài đã trải qua một cuộc đời chịu đau khổ vì tình yêu.

Có ba loại đau khổ: (1) Đau khổ do số phận con người. Đau khổ này đến như một quá trình tự nhiên trong đời sống con người. Vì là con người, chúng ta phải chịu đựng những đau khổ này, chẳng hạn như bệnh tật. (2) Đau khổ do người này gây ra cho người khác. Đây là đau khổ bất công. Không ai được phép gây đau khổ cho người khác, nhưng điều đó vẫn xảy ra. Khi ai đó gây đau khổ cho chúng ta, chúng ta nên xử lý tình huống như thế nào? Chúng ta không thể trả thù bằng cách gây đau khổ cho những người làm chúng ta đau khổ. "Mắt đền mắt" hay "răng đền răng" không thể là giải pháp trong trường hợp này. Khi theo Chúa Giêsu, chúng ta phải tha thứ. Tha thứ cho người gây đau khổ cho mình đòi hỏi chúng ta phải tha thứ và chấp nhận đau khổ đó với sự hiểu biết, như Chúa Giêsu đã nói: "Lạy Cha, xin tha thứ cho họ, vì họ không biết việc họ làm" (Lc 23:34). Nếu Chúa Giêsu nói rằng khi "ai đó vả má bên này, hãy đưa cả má bên kia cho họ tát nữa" (Lc 6,29), thì Người có ý nói rằng chúng ta không trả thù nhưng tha thứ. (3) Đau khổ vì tình yêu. Thông thường, chúng ta thường hiểu rằng mọi đau khổ đều xấu và bất công. Nhưng thực ra, có một đau khổ tốt, đó là đau khổ vì tình yêu. Chúng ta được kêu gọi noi gương Chúa Giêsu để chịu đau khổ vì tình yêu dành cho người khác. Đây là đau khổ tốt. Đau khổ vì tình yêu xảy ra khi chúng ta chấp nhận hy sinh vì người khác, điều này có thể xuất phát từ sự sẵn sàng tha thứ hoặc phục vụ. Khi một người sống vì tình yêu, người đó sẵn sàng hy sinh bản thân để tha thứ và phục vụ người khác. Loại thái độ này mang lại hy sinh và đau khổ. Đau khổ này là đau khổ của tình yêu, điều này là tốt.

Vậy, có một loại đau khổ tốt lành. Vâng, đau khổ vì tình yêu là một đau khổ tốt lành. Chúa Giê-su chịu sự khiển trách, tra tấn và cái chết vì Ngài yêu chúng ta. Chúng ta cũng có thể chịu đau khổ một cách có ý thức vì người khác, vì chúng ta yêu họ. Thực ra, chúng ta nên tìm kiếm những dịp để chịu đau khổ vì người khác. Khi chúng ta chịu đau khổ vì người khác, chúng ta làm tăng tình yêu thương trong họ và xoa dịu nỗi đau khổ cho họ. Chúa Giê-su đã chọn cách sống này vì Ngài yêu thương tất cả chúng ta. Ngài đã nói với các môn đồ của Ngài rằng "Con Người phải chịu đau khổ nhiều, bị các kỳ mục, các thầy tế lễ cả và các kinh sư loại bỏ, bị giết chết và sau ba ngày sẽ sống lại" (Mc 8:31). Đối với Chúa Giê-su và các môn đồ của Ngài, con đường thập giá đòi hỏi những hy sinh, thậm chí hy sinh mạng sống của một người. Bất cứ ai muốn chọn đi theo con đường của Chúa Giê-su đều phải hy sinh mạng sống của mình vì chính mình và người khác. Tình yêu là trung tâm trong quá trình này và sự hy sinh là cần thiết để mang lại hạnh phúc cho bản thân và người khác. Hy sinh vì tình yêu mang lại hạnh phúc.

Tất cả chúng ta đều mong muốn một cuộc sống thoải mái. Nhưng chúng ta được kêu gọi đối mặt với những thử thách trong cuộc sống để thành công và đạt được mục tiêu. Thử thách luôn mang đến khó khăn cho chúng ta. Chúng ta thường không muốn làm những công việc nặng nhọc và khó chịu, nhưng chúng ta được kêu gọi làm việc chăm chỉ để đóng góp cho xã hội. Làm việc chăm chỉ, dù là trong công việc, ở trường hay ở nhà, đồng nghĩa với việc hy sinh và từ bỏ bản thân. Khi chúng ta hy sinh bản thân, nghĩa là chúng ta từ bỏ chính mình và vác thập giá. Đây chính xác là điều Chúa và tha nhân mong đợi ở mỗi người chúng ta.

Vác thập giá cũng có nghĩa là khi chúng ta sống vì công lý, thúc đẩy hòa bình và bảo vệ đức tin của mình. Xã hội ngày nay chứa đựng nhiều yếu tố bất công trong tư tưởng và hành động. Tất cả mọi người đều được kêu gọi để sửa chữa tình trạng và môi trường bất công này. Thế giới ngày nay cũng bị tổn hại bởi chiến tranh và xung đột: chiến tranh giữa các quốc gia và xung đột giữa con người. Đức tin bị tấn công bởi những kẻ bách hại hoặc các triết lý vô đạo đức. Những tình huống này đôi khi đòi hỏi chúng ta phải hy sinh danh tiếng hoặc thậm chí là mạng sống của chính mình. Nhưng đây chính xác là điều chúng ta biết sẽ xảy ra với mình và sẵn sàng đối đầu một cách can đảm. Chúng ta cần sẵn sàng hy sinh mạng sống của mình vì người khác và vì các giá trị nhân văn để cứu lấy mạng sống của chính mình và mạng sống của người khác như Chúa Giêsu đã nói: "Ai muốn làm môn đệ Ta, phải từ bỏ chính mình, vác thập giá mình mà theo Ta. Vì ai muốn cứu mạng sống mình thì sẽ mất; còn ai liều mất mạng sống mình vì Ta và vì Tin Mừng thì sẽ cứu được mạng sống ấy" (Mc 8, 34-35).

Theo bản chất tự nhiên, chúng ta không muốn chấp nhận đau khổ do số phận con người, hoặc do người khác mang đến cho chúng ta và ngay cả đau khổ vì tình yêu. Đặc biệt khó chấp nhận hai loại đau khổ đầu tiên. Mặc dù đau khổ vì tình yêu là tích cực, nhưng không phải lúc nào cũng dễ chấp nhận. Tuy nhiên, tất cả chúng ta đều phải chấp nhận chúng, và chúng ta nên củng cố bản thân bằng một tầm nhìn về tương lai. Đau khổ không phải là điều vô ích, mà còn sinh hoa trái và chúng ta nên nhắc đến những hoa trái này để có can đảm chịu đựng như Thánh Phaolô nói: "Thật vậy, tôi nghĩ rằng những đau khổ hiện tại không đáng so sánh với vinh quang sắp được mặc khải cho chúng ta. Vì muôn loài thọ tạo trông ngóng ngày Thiên Chúa mặc khải con cái Người. Vì muôn loài thọ tạo đã phải quy phục sự hư ảo, không phải vì tự ý, nhưng là vì Đấng bắt chúng quy phục, với niềm hy vọng rằng chính muôn loài thọ tạo cũng sẽ được giải thoát khỏi ách nô lệ của sự hư nát, để được chung hưởng tự do và vinh quang với con cái Thiên Chúa." (Rm 8:18-21).

Con đường thập giá đòi hỏi chúng ta phải từ bỏ chính mình và tất cả những gì quý giá nhất đối với chúng ta như gia đình và tài sản. Chúa Giêsu phán: "Đã đến giờ Con Người được tôn vinh. Thật, Thầy bảo thật anh em: Nếu hạt lúa mì rơi xuống đất mà không chết đi, thì nó chỉ là một hạt giống trơ trụi. Nhưng nếu nó chết đi, thì sẽ sinh được nhiều hoa trái. Ai yêu mạng sống mình thì sẽ mất; còn ai ghét mạng sống mình ở đời này thì sẽ giữ được nó cho sự sống đời đời. Ai phục vụ Thầy, thì phải theo Thầy; và Thầy ở đâu, thì kẻ phục vụ Thầy cũng sẽ ở đó. Cha Thầy sẽ tôn vinh kẻ phục vụ Thầy" (Ga 12, 23-26).

Cái chết không phải là hơi thở cuối cùng, nhưng đối với Chúa Giê-su, nó phải xảy ra trong từng khoảnh khắc của cuộc sống. Chúa Giê-su yêu thương loài người, và Ngài sẵn sàng lên Giê-ru-sa-lem để chết vì họ. Nếu Ngài muốn thoát khỏi cái chết thì Ngài tránh cuộc hành trình này. Nhưng Ngài muốn chết vì tình yêu, và cái chết và tình yêu này là một vinh quang cho Ngài. Mỗi ngày chúng ta yêu thương ai đó; chúng ta cũng nên chết vì ai đó. Giống như một hạt lúa mì, nếu nó vẫn còn nguyên vẹn trên đường phố hay lối đi, nó sẽ không nảy mầm thành cây và sau đó sinh nhiều hoa trái. Khi một hạt lúa mì bị bể vỏ dưới đất tốt, nó sẽ bén rễ và nảy mầm thành cây. Đối với con người, bị bể ra như một hạt lúa mì đòi hỏi đau khổ và hy sinh cá nhân, điều mà thông thường không ai trong chúng ta muốn. Bị bể ra gây đau đớn. Khi một người muốn bảo vệ mạng sống của mình, anh ta sẽ mất nó. Khi một người không muốn bị bẻ gãy, anh ta nghĩ rằng mình sẽ bảo vệ được mạng sống của mình; nhưng thực tế, mạng sống của anh ta sẽ trở nên khô cằn và vô dụng. Ngược lại, khi một người không ngại để cuộc đời mình bị hủy hoại, người ấy sẽ giữ được sự sống đời đời, bởi vì người ấy sinh hoa trái, và trên hết, bởi vì Chúa sẽ ban cho người ấy sự sống đời đời. Để mình tan vỡ vì tình yêu nghĩa là chấp nhận cho mình chết. Đối với Chúa Giê-su, sống một cuộc đời tốt đẹp là chết cho người khác trong từng khoảnh khắc của cuộc đời. Cuộc sống là tình yêu. Cần phải có tình yêu trong mọi khoảnh khắc của cuộc đời, đó là tình yêu dành cho chính mình và cho người khác. Cuộc sống này thật tươi đẹp.

Bao năm qua, chúng ta đã sống trên trái đất này cùng với biết bao người mình yêu thương. Nhưng rồi sẽ có một ngày chúng ta phải chia lìa nhau vì cái chết thể xác. Tuy nhiên, cái chết thể xác này không nên mang đến cho chúng ta thảm họa hoàn toàn nếu chúng ta đã dành nhiều năm tháng để hy sinh cho nhau. Nếu chúng ta để mình tan vỡ vì nhau như những hạt lúa mì trong cuộc sống hằng ngày, thì chúng ta đã học được nỗi đau khổ của việc hy sinh vì nhau; và chúng ta biết rằng chúng ta luôn yêu thương nhau rất nhiều trong suốt cuộc đời, và do đó, chúng ta vẫn tiếp tục cuộc sống yêu thương này ngay cả khi cái chết chia lìa chúng ta.

Một thanh niên giàu có hỏi Chúa Giêsu: "Thưa Thầy, tôi phải làm gì để được sự sống đời đời làm gia nghiệp?" Chúa Giêsu đáp: "Anh biết các điều răn: Chớ giết người; chớ ngoại tình; chớ trộm cắp; chớ làm chứng gian; chớ làm hại ai; hãy thảo kính cha mẹ… Hãy đi bán những gì anh có và bố thí cho người nghèo, anh sẽ có kho tàng trên trời" (Mc 10, 19-21). Đoạn Kinh Thánh này được gọi là "Người Giàu và Vương Quốc Đức Chúa Trời ", nhưng nó cũng có thể được gọi với hai tên khác, một là "Con Đường Hẹp" và hai là "Con Đường Hoàn Hảo". " Con Đường Hoàn Hảo " có nghĩa là lựa chọn tốt nhất đó là từ bỏ tất cả. Người thanh niên giàu có một mục tiêu trong thâm tâm đó là đạt được sự sống đời đời. Anh biết rằng để đạt được mục tiêu này, anh cần phải làm điều gì đó ngay bây giờ. Nhưng anh không biết mình nên làm gì đây; chính vì vậy anh hỏi Chúa Giê-su anh nên làm gì, và Chúa Giê-su bảo anh làm một điều khó khăn, đó là con đường thập tự giá: bán tất cả những gì mình có và phân phát tất cả số tiền kiếm được cho người nghèo.

Các môn đệ của Chúa Giêsu cảm thấy mình đã làm được nhiều hơn những gì Chúa Giêsu nói với chàng thanh niên giàu có, vì họ đã từ bỏ tất cả những gì mình có. Chúa Giêsu nói với họ: "Không ai bỏ nhà cửa, anh em, chị em, mẹ cha, con cái hay ruộng đất vì Thầy và vì Tin Mừng, mà ngay ở đời này, lại không nhận được gấp trăm lần: nhà cửa, anh em, chị em, mẹ cha, con cái và ruộng đất, cùng với sự ngược đãi, và sự sống đời đời ở đời sau. Nhưng nhiều kẻ đứng đầu sẽ phải xuống hàng chót, và những kẻ đứng chót sẽ được lên hàng đầu" (Mc 10, 29-31).

Con đường mà Chúa Giêsu muốn chúng ta bước đi là con đường hẹp. "Hãy vào qua cửa hẹp, vì cửa rộng và đường thênh thang thì đưa đến diệt vong, mà nhiều người lại đi qua đó. Còn cửa hẹp và đường chật thì đưa đến sự sống, nhưng ít người tìm được lối vào" (Mt 7: 13-14). Con đường rộng là cuộc sống dễ dàng, không cần nỗ lực hay hy sinh; đó là cuộc sống theo ý riêng của mình chứ không phải ý Chúa. Ngược lại, con đường hẹp là cuộc sống theo sự hướng dẫn của một lương tâm ngay thẳng, đòi hỏi sự hy sinh. Con đường hẹp khuyên chúng ta không nên chạy theo dòng chảy của thế gian. Thánh Phaolô dạy: Vậy, hỡi chị em, vì lòng thương xót của Thiên Chúa, hãy hiến dâng thân mình làm của lễ sống động, thánh thiện và đẹp lòng Thiên Chúa. Đó là cách thờ phượng phải lẽ của anh em. Đừng có rập theo thế gian này, nhưng hãy để tâm thần được đổi mới. Bấy giờ anh em sẽ có thể phân định được ý muốn của Đức Chúa Trời là gì, điều gì là tốt lành, đẹp lòng và trọn vẹn" (Rô-ma 12: 1-2). Đi theo dòng chảy của thế gian là một con đường dễ dàng; ngược lại, việc tuân theo sự hướng dẫn của

Chúa Giê-su là một con đường khó khăn, giống như việc vác thập tự giá trên vai khi bước đi. Giữ các điều răn của Thiên Chúa là một cách vác thập tự giá. Đối với những người theo đạo Thiên Chúa, Thiên Chúa bày tỏ ý muốn của Ngài trong các điều răn được mô tả trong Kinh Thánh, và họ được kêu gọi tuân giữ chúng. Đối với những người không theo đạo Thiên Chúa, họ cần tuân theo lương tâm sáng suốt của mình. Trong thực tế, họ cần thực hành tôn giáo của riêng mình, đến Nhà Thờ Do Thái, Chùa Chiền, Đền Thờ hoặc Nhà Thờ Hồi Giáo, v.v.

Một Hướng Đi: Chân lý

Chúa Giê-su là Chân lý. Trong lịch sử nhân loại, con người vẫn tiếp tục tìm kiếm chân lý. Trái ngược với chân lý là sự giả dối. Không ai muốn sự giả dối. Chân lý cho chúng ta thấy điều gì chân thật và điều gì sai lầm. Chân lý chỉ cho chúng ta con đường sống công chính. Chân lý cho chúng ta biết điều gì nên tìm kiếm và điều gì nên tránh. Chân lý dạy chúng ta giá trị đích thực của cuộc sống, điều gì thực sự có giá trị và điều gì thực sự có thể mang lại hạnh phúc cho chúng ta. Tuy nhiên, nhiều người dường như gặp khó khăn trong việc tìm kiếm sự thật. Chúa Giê- su muốn chỉ cho chúng ta chân lý. Thực tế, Ngài chính là chân lý. Khi chúng ta gặp gỡ Chúa Giê-su trong tương quan mật thiết, chúng ta sẽ biết chân lý. Khi chúng ta sống trong mối quan hệ gần gũi với Ngài, chúng ta sẽ tìm thấy chân lý. Trong suốt cuộc đời trần thế tại Israel, Chúa Giê-su đã dạy dỗ người ta về chân lý; Ngài luôn nói về sự thật. Chúa Giê-su đã ban cho chúng ta những tấm gương sáng về cách sống theo chân lý.

Trong xã hội ngày nay, nhiều người đang lạc lối trước chân lý. Họ chỉ muốn và cố gắng tìm kiếm những giá trị giả tạo không mang lại hạnh phúc đích thực. Họ tận hưởng sự thỏa mãn tức thời. Họ phạm sai lầm khi giữ và làm những điều gây tổn hại cho họ. Tất nhiên, chúng ta có thể sai lầm trong lựa chọn của mình. Tuy nhiên, chúng ta có thể tránh sai lầm nếu đến với Chúa Giê-su để nhận được nền tảng chân lý. Chúa Giê-su nên là người bạn mà chúng ta thích đến gần. Mối quan hệ mật thiết với Chúa Giê-su sẽ biến đổi cuộc sống của chúng ta. Ngài sẽ trở thành một phần trong con người chúng ta và là sự cấu thành chân lý trong bản chất của chúng ta. Thánh Phao-lô nói về cách cuộc sống của ngài và cuộc sống của chúng ta được biến đổi như thế nào: "Tôi đã bị đóng đinh vào thập giá với Đức Ki-tô, và cuộc sống tôi hiện đang sống không phải là của tôi; nhưng Đức Ki-tô đang sống trong tôi. Tôi vẫn sống cuộc sống của tôi, nhưng là cuộc sống của đức tin vào Con Thiên Chúa, Đấng đã yêu thương tôi và hiến mình cho tôi" (Gal 2: 19-20).

Khi chúng ta có Chúa Giê-su trong đời sống, hay nói cách khác, khi Chúa Giê-su là một phần trong bản chất của chúng ta, chúng ta có Ngài là nguồn sống. Chúng ta sẽ cảm thấy muốn sống cho Ngài và vì Ngài. Chúng ta sẽ sống theo cách Ngài muốn. Khi chúng ta đón nhận Chúa Giê-su vào đời sống, Ngài biến đổi chúng ta trở nên hoàn hảo hơn. Ngài làm cho cuộc sống chúng ta có ý nghĩa hơn, và chúng ta sẽ sống với niềm vui và nhiệt huyết. Khi cuộc sống dường như nhàm chán và thiếu ý nghĩa, đó là lúc chúng ta cần Chúa Giê-su nhất, Đấng sẽ ban sức mạnh và chỉ cho chúng ta thấy chân lý.

Đối với người Kitô hữu, việc tham dự Thánh lễ và rước lễ là điều thiết yếu. Mỗi lần chúng ta rước Chúa Giêsu Kitô trong Bí tích Thánh Thể, Người trở thành một phần trong con người chúng ta và truyền sự sống của Người cho chúng ta như Người đã phán: "Ai ăn thịt Ta và uống máu Ta thì ở lại trong Ta, và Ta ở lại trong người ấy. Như Chúa Cha là Đấng hằng sống đã sai Ta, và Ta sống nhờ Chúa Cha thế nào, thì kẻ ăn Ta cũng sẽ sống nhờ Ta như vậy" (Gioan 6, 56-57). Ngay cả khi chúng ta cảm thấy khô khan hay yếu đuối, chúng ta vẫn nên rước lễ vì đây là lúc chúng ta cần sự trợ giúp của Chúa Giêsu nhất như Người đã phán: "Tất cả những ai mệt mỏi và gánh nặng, hãy đến cùng Ta, Ta sẽ cho nghỉ ngơi bồi dưỡng" (Gioan 11, 28).

Chúa Giê-su là Ngôi Lời Chân Lý Vĩnh Cửu nhập thể trong xác thịt, và Ngài là nguồn chân lý trong bản chất chúng ta. Khi chúng ta đón nhận Ngài vào đời sống, hoặc khi lắng nghe lời Ngài, chính là lúc chúng ta học được phương hướng cho cuộc đời mình. Chúng ta có thể tìm thấy mô tả về những cách ứng xử đúng đắn ở đâu?

Chúng ta biết rằng những cách ứng xử đúng đắn là những hành động đạo đức tốt. Trong mọi hoàn cảnh, con người chọn một hành động hoặc một cách hành động. Luôn có nhiều cách hành động trong bất kỳ khoảnh khắc nào của cuộc sống; có nhiều hướng chuyển động trong bất kỳ khoảnh khắc nào, như thể có nhiều hướng trong không gian từ bất kỳ vị trí nào trên trái đất. Nhưng mỗi người sẽ chỉ chọn một, và sự lựa chọn này nên được dẫn dắt dưới ánh sáng của chân lý. Ánh sáng chân lý này được mô tả trong Kinh Thánh. Những người thuộc các tôn giáo khác cũng có thể tìm thấy ánh sáng chân lý trong giáo lý tôn giáo của họ. Ánh sáng chân lý cũng có dấu vết trong truyền thống loài người và các tác phẩm phi tôn giáo khác. Do đó, việc tiếp tục đọc và nghiên cứu là rất quan trọng. Tuy nhiên, việc nhận biết điều gì là chân lý hay không chân lý trong khi đọc hoặc nghiên cứu cũng vô cùng cần thiết.

Chúng ta thường nói những câu này: "Bạn sai rồi" hoặc "Tôi đã sai rồi ". Thật vậy, nhiều người trong chúng ta đôi khi đã lựa chọn hành động sai lầm (nói cũng là một hành động), và lựa chọn sai lầm này là kết quả của một quyết định cố ý hoặc một sai lầm vô ý. Cả hai trường hợp đều là hậu quả của việc thiếu thông tin đúng đắn. Tất nhiên, khi một quyết định sai lầm được đưa ra, một hậu quả tiêu cực sẽ xảy ra; và một hậu quả tiêu cực có thể gây tổn hại cho bản thân và người khác. Vì vậy, việc biết điều gì là tốt và điều gì là xấu, điều gì là sự thật và điều gì không phải là sự thật trong cuộc sống của chúng ta là vô cùng quan trọng. Con đường sống theo sự thật phải rõ ràng trong tầm nhìn và hành động của chúng ta.

Khi chúng ta không thể phân biệt được giữa chân lý và dối trá, đúng sai, chúng ta có thể đưa ra lựa chọn hành động sai lầm và điều đó sẽ dẫn đến thất bại. Trong trường hợp này, chúng ta nói: "Tôi đã sai" hoặc "Bạn đã sai ". Một lựa chọn hành động sai lầm có thể gây tử vong, và một lựa chọn hành động đúng đắn có thể mang lại thành công lớn trong cuộc sống. Nếu một người không bao giờ phạm sai lầm, cô ta sẽ đạt được hạnh phúc trọn vẹn trong cuộc đời mình. Nhưng thực tế là tất cả chúng ta đều mắc sai lầm, lớn và nhỏ. Có lẽ, một số sai lầm lớn có thể khiến chúng ta hối tiếc. Tôi thường nhìn lại và nhớ lại một số ký ức về những sai lầm trong quá khứ của mình và hối tiếc: Sai lầm khi bỏ lỡ những cơ hội thuận tiện để làm một việc tốt trôi qua, sai lầm khi chọn một hành động xấu thay vì làm một việc tốt; sai lầm khi làm một hành động sai trái về mặt đạo đức. Tôi ước mình đã làm ngược lại. Không có cách nào để sửa chữa những gì đã xảy ra, mà chỉ có thể học hỏi từ những sai lầm. Đúng vậy, những hành động trong tương lai của tôi sẽ được hướng dẫn bằng cách học hỏi từ nguồn gốc của sự thật và kinh nghiệm từ thành công và sai lầm trong quá khứ. Tương lai của tôi sẽ tốt hơn quá khứ của tôi.

Khi chúng ta thành công trong việc học chân lý, chúng ta sẽ không mắc sai lầm và thất bại, và chúng ta sẽ hạnh phúc hơn. Chúng ta sẽ không bị đổ lỗi hay hối tiếc về cách sống của mình. Đây là những điều chúng ta nên học:

“Người nào sống ngay thẳng, làm điều công chính, nói lời chân thật từ đáy lòng mình; lưỡi không nói hành, không làm hại người lân cận, không nói xấu người khác; khinh dể kẻ gian ác nhưng tôn trọng người kính sợ Thiên

Chúa; giữ lời thề dù phải chịu thiệt, không đổi ý; cho người nghèo vay tiền không lấy lãi; không nhận hối lộ hại người vô tội. Ai làm những điều ấy sẽ không bao giờ bị lay chuyển" (Thánh Vịnh 15: 2-5)

Đạo đức giả

Đạo đức giả là việc đeo mặt nạ để giả vờ là một người khác với chính mình. Do đó, đạo đức giả đi ngược lại chân lý. Thông thường, nó liên quan đến niềm tin tôn giáo hoặc triết lý sống. Một người tự nhận mình theo một số niềm tin hoặc thực hành một lối sống nhất định, nhưng đôi khi trong cuộc sống, họ lại hành động trái ngược với những niềm tin đó. Niềm tin tôn giáo hoặc triết lý sống là những yếu tố bên trong, trong khi các hoạt động là biểu hiện bên ngoài. Khi bên ngoài trái ngược với bên trong, đó là đạo đức giả. Vì vậy, chúng ta được nhắc nhở qua những lời này: "Hãy nói những điều phù hợp với giáo lý lành mạnh" (Titô 2:1).

Thông thường, chúng ta tin vào những giáo lý tốt. Tin vào những giáo lý tốt bao gồm ý định thực hành những giáo lý này, và do đó các hoạt động phù hợp với niềm tin. Các hoạt động bên ngoài thể hiện niềm tin bên trong, và cả hai đều phù hợp với nhau. Nhưng nếu một người không thực hành cách sống mà niềm tin của anh ta mong đợi, thì anh ta không trung thực. Anh ta nói nhưng không làm. Chúa Giê-su phán, "I-sai-a đã nói tiên tri đúng về các ngươi là những kẻ đạo đức giả, như có chép rằng: 'Dân này lấy môi miệng tôn kính ta, nhưng lòng chúng nó thì xa ta lắm'" (Mac-cô 7:6) và "Bên ngoài các ngươi có vẻ công chính trước mặt thiên hạ, nhưng bên trong thì đầy sự giả hình và gian ác" (Mat-thêu 23:28).

Mỗi người đều có những khuyết điểm trong nhiều khía cạnh của cuộc sống. Một người chân thật không cố gắng tỏ ra như mình hơn nhiều. Ngược lại, anh ta không ngại ngần thể hiện bản sắc của mình với những khiếm khuyết. Khi một người cố gắng đeo một chiếc mặt nạ thể hiện vẻ ngoài tốt hơn bản chất thật của mình, anh ta là người không chân thật.

Một hình thức khác của sự không trung thực là giả vờ không có lỗi lầm nào trong khi nhận thấy lầm lẫn của người khác. “Sao anh có thể nói với anh em mình rằng: ‘Này anh, để tôi lấy cái rác ra khỏi mắt anh,’ khi chính anh lại không thấy cái đà trong mắt mình? Hỡi kẻ giả hình, trước hết hãy lấy cái đà ra khỏi mắt mình đi, rồi anh sẽ thấy rõ mà lấy cái rác ra khỏi mắt anh em mình” (Lc 6, 42). Đạo đức giả ở đây có nghĩa là không biết đến vấn đề của chính mình trong khi nhận thấy vấn đề của người khác. Sự không biết có thể là cố ý hoặc vô ý. Cố ý thì đạo đức giả hơn là vô ý. Khi cố ý, một người giả vờ không biết đến sự tồn tại của vấn đề của mình và hành động như thể mình hoàn hảo hơn để cho người khác thấy hình ảnh giả tạo tốt hơn của mình. Và do đó, anh ta có nhiều lý do hơn để nhận thấy vấn đề của người khác.

Đôi khi, một người thực sự không nhận ra khuyết điểm của mình và hành động như thể mình là một người tốt hơn. Theo cách này, chúng ta thường nói, ví dụ: "Vì thiếu hiểu biết, người đó hành động như thể mình biết rất nhiều, trong khi thực tế anh ta là một kẻ ngốc!" Khi một người, vì thiếu hiểu biết, không nhận ra tấm ván trong mắt mình, điều đó ngụ ý rằng anh ta không giả vờ không biết thực tế này, nhưng thực tế anh ta không nhận thức được tấm ván này đang hiện diện trong mình. Đó vẫn là một kẻ đạo đức giả. Đạo đức giả ở đây có nghĩa là một người được cho là biết điều gì đó như mong đợi, nhưng anh ta không biết; đó vẫn là một thất bại.

Sự trung thực và chân thật

Trung thực nghĩa là trình bày những gì đã xảy ra đúng như bản chất của nó. Chân thật là mô tả những gì đã xảy ra đúng như mịnh thấy và nhận thức. "Sự ngay thẳng của người ngay thẳng dẫn dắt họ; còn kẻ bất trung bị hủy hoại bởi sự gian dối của họ. Đức hạnh của người ngay thẳng làm cho đường lối người ngay thẳng" (Châm Ngôn 11:3, 5). Trái ngược với sự trung thực và chân thật là sự lừa dối và dối trá. Một người trung thực không lừa dối người khác để đạt được điều gì đó cho riêng mình. Một người chân thật mô tả bằng lời những gì anh ta thấy, cảm nhận và suy nghĩ.

Khi một người không trung thực hoặc không thành thật, anh ta sẽ tự tạo ra mâu thuẫn nội tâm. Lý do là vì những gì đã xảy ra trước đó không được phản ánh chân thực qua hành động hay lời nói của anh ta. Anh ta bóp méo thực tế. Tệ hại nhất là sự bóp méo này nhằm mục đích đạt được điều gì đó một cách bất công. Do đó, lương tâm anh ta bị xáo trộn và gây ra bất an.

Chúng ta nên nói sự thật với người khác; chúng ta nợ họ sự thật. Giá trị đạo đức này không đòi hỏi chúng ta phải nói tất cả những gì mình biết, nhưng người khác xứng đáng được nghe sự thật từ chúng ta. Chúng ta không bắt buộc phải chia sẻ tất cả sự thật, nhưng bất cứ điều gì chúng ta nói đều phải đúng sự thật. Chúng ta cần sống với sự đáng tin cậy và thẳng thắn như một đứa trẻ. Chắc chắn, sự trung thực loại trừ sự dối trá.

Từ năm 2020 cho đến vài năm sau đó, do Covid-19, mọi người trên toàn thế giới đều phải đeo khẩu trang. Hai năm sau, khi căn bệnh này thuyên giảm và với sự trợ giúp của vắc-xin, chính phủ đã ngừng yêu cầu đeo khẩu trang, nhưng hầu hết mọi người vẫn tiếp tục đeo chúng. Chúng ta biết rằng trong sân khấu, các diễn viên đeo mặt nạ để đóng vai một người khác. Vì vậy, họ che giấu khuôn mặt của chính mình và đeo khuôn mặt của người khác, đó chính là mặt nạ. Sau khi nhìn thấy mọi người đeo khẩu trang trong một thời gian dài, giờ đây khi họ tháo khẩu trang ra, chúng ta thực sự có thể nhận ra diện mạo và con người thật của mỗi người. Một số người cố gắng che giấu danh tính và cảm xúc của họ, hoặc thậm chí là trạng thái cuộc sống cá nhân hoặc công việc của họ trong khi biết rằng họ nên chia sẻ với người khác.

Chia sẻ thông tin và cảm xúc là một phần quan trọng của sự chân thật. Sự dè dặt quá mức lại trái ngược với giá trị này. Con người không phải là một hòn đảo. Họ không sống một mình, mà sống với những người khác về mặt thể chất và tinh thần. Khi một người sống một mình mà không giao tiếp với bất kỳ ai, họ không thể chia sẻ cảm xúc của mình với người khác. Tuy nhiên, trên thực tế, không ai có thể sống một mình mà không giao tiếp. Nói cách khác, bởi vì chúng ta luôn sống trong thế giới với ai đó, chúng ta cần giao tiếp; nếu không, chúng ta sẽ bị bệnh. Bởi vì một người đang sống với ai đó (gần hoặc xa), họ cần chia sẻ với ai đó cảm xúc và cuộc sống của mình.

Khi một người không chia sẻ cảm xúc và trạng thái cảm xúc của mình với người khác, điều đó giống như người đó đang đeo một chiếc mặt nạ. Nhưng chiếc mặt nạ này không thể che giấu bất cứ điều gì, bởi vì nỗi lo lắng, bồn chồn, niềm vui và nỗi buồn của họ được thể hiện rõ ràng và dễ thấy trên khuôn mặt, miệng, môi và mắt. Khi một người không chia sẻ bằng cách giữ im lặng, người đó giống như đang đeo một chiếc mặt nạ pha lê, qua đó người khác có thể nhìn thấy rõ khuôn mặt của họ. Một cuộc sống không chia sẻ giống như tự lừa dối bản thân, như một cuộc xung đột trong chính mình và bên ngoài.

Chia sẻ là một khía cạnh đẹp đẽ và cần thiết trong cuộc sống con người. Chia sẻ mang lại lợi ích. Tránh né chia sẻ sẽ gây tai hại. Chia sẻ sẽ giúp một người vơi bớt gánh nặng cuộc sống. Người biết lắng nghe sẽ có lòng trắc ẩn và sẵn lòng giúp đỡ người khác. Hai người cùng chia sẻ có thể cùng cười hoặc cùng khóc. Chia sẻ giúp chúng ta giải tỏa lo âu, phiền muộn và buồn phiền. Đó là một vẻ đẹp trong cuộc sống và mang lại cho chúng ta hạnh phúc.

Khi một người kết hôn, cô ta chào đón một người bạn đời để chia sẻ cuộc sống với nhau. Khi một người còn độc thân, cô ta luôn có người thân và bạn bè để chia sẻ cuộc sống với họ. Theo tâm lý học, việc chia sẻ cảm xúc là rất quan trọng. Khi chúng ta gặp một người, chúng ta trao đổi lời chào bằng những cụm từ sau: "Bạn khỏe không? Bạn cảm thấy thế nào? Bạn ổn chứ?" Tất cả những câu hỏi này đều về cảm giác. Cảm thức không chỉ là về tình trạng sức khỏe mà còn liên hệ đến trạng thái cảm xúc như vui, buồn, lo lắng, bình yên, thư giãn, v.v. Tất cả những trạng thái cảm xúc này có thể xuất hiện trên khuôn mặt và trong ánh mắt chúng ta. Nhưng đôi khi, chúng ta không nhìn thấy chúng vì chúng bị ẩn giấu. Tất nhiên, khi một người cười, khóc hoặc mỉm cười, chúng ta luôn có thể nhìn thấy và chia sẻ với họ trạng thái cảm xúc này.

Sự chân thật cũng thể hiện lối sống của mỗi người và mỗi gia đình. Nếu một người nghèo, rất nghèo mà lại sống xa hoa, chỉ để khoe khoang, gây ấn tượng với người khác thì đó là người không chân thật. Thực ra, anh ta nghèo, nhưng lại tỏ ra mình rất giàu; điều này không chân thật. Trong cuộc sống hàng ngày, rất nhiều người không chân thật trong lối sống của mình. Chúng ta thường thấy bạn trai, bạn gái cố gắng gây ấn tượng với nhau bằng lối sống của họ. Do đó, cách chúng ta chi tiêu, cách chúng ta ăn mặc có thể phản ảnh liệu chúng ta có chân thật hay không chân thật.

Một Cuộc Đời:
Làm Người Hàng Xóm và Lân cận

Thiên Chúa đã tạo ra Ađam và Eva và ban cho họ quyền năng sinh sôi nảy nở trên trái đất, và Thiên Chúa đã định cho con cháu của họ được sống trong một cộng đồng. Với sự kiện tháp Babel, con người đã phân tán và mất đi tình anh em và tình bạn. Tuy nhiên, Chúa Giêsu đã đến để cứu họ và tập hợp họ lại thành một cộng đồng mới. Trong xã hội ngày nay, chúng ta luôn nói về cộng đồng. Thực tế, không ai muốn sống đơn độc mà không có sự tiếp xúc với người khác. Tất cả chúng ta đều sống trong một cộng đồng với khát vọng và sự hợp tác chung. Tuy nhiên, đôi khi có những khác biệt về hệ tư tưởng, tín ngưỡng và văn hóa. Nhưng tất cả chúng ta đều mong muốn có một cộng đồng hòa bình, nơi những con người đa dạng có thể chung sống. Bất chấp những khác biệt giữa mọi người, tất cả cần phải phấn đấu để trở thành những người hàng xóm.

Từ "láng giềng" thật đẹp. Nó hàm chứa tình yêu thương, tình bạn và sự hỗ trợ. Trên thực tế, hai người láng giềng có thể và thường đối xử với nhau như anh em hoặc chị em. Họ chia sẻ với nhau những gì họ là và những gì họ có. Trong cả lúc vui lẫn lúc buồn, họ có thể tin tưởng lẫn nhau. Họ chủ động chăm sóc lẫn nhau.

Chúa Giê-su Ki-tô dạy rằng chúng ta cần phải yêu mến Thiên Chúa hết lòng, hết linh hồn, hết trí khôn, và yêu thương người lân cận như chính mình. Sau đó, Ngài kể một dụ ngôn về việc chúng ta nên yêu thương kẻ thù như chính mình. Dụ ngôn này dạy chúng ta hai bước: trước tiên, chúng ta cần biến kẻ thù thành người lân cận, rồi chúng ta mới có thể yêu thương họ. Nhưng không thể biến kẻ thù thành người lân cận. Vì vậy, chính chúng ta, bị người khác coi là kẻ thù, cần phải biến đổi mình thành người lân cận của kẻ thù; rồi kẻ thù sẽ tự coi mình là người lân cận của chúng ta. Chúng ta hãy cùng đọc dụ ngôn người Sa-ma-ri nhân lành:

"Một lần kia, một luật sĩ đứng dậy thử Chúa Giêsu. Ông ta hỏi: "Thưa Thầy , tôi phải làm gì để được hưởng sự sống đời đời?" Ngài trả lời: "Trong Luật có chép điều gì ? Ông đọc thế nào ?" Ông ta đáp: "Ngươi phải yêu mến Chúa là Thiên Chúa ngươi hết lòng, hết linh hồn, hết sức lực và hết trí khôn ngươi, và phải yêu người lân cận như chính mình." Chúa Giêsu đáp: "Ngươi trả lời đúng đấy . Hãy làm điều này thì ngươi sẽ được sống ." Nhưng người ấy muốn biện minh cho mình nên hỏi Chúa Giêsu: "Ai là người lân cận của tôi ?" Chúa Giêsu đáp: "Một người kia từ Giêrusalem xuống Giêricô, thì bị bọn cướp tấn công. Chúng lột hết áo xống, đánh đập rồi bỏ đi, để mặc người ấy nửa sống nửa chết. Tình cờ có một thầy tư tế cũng đi xuống con đường đó, thấy người ấy, liền tránh qua bên kia đường. Cũng vậy, một thầy Lêvi đến nơi thấy người ấy, cũng tránh qua bên kia đường. Nhưng một người Sa-ma-ri kia đi đường, đến gần người ấy, thấy vậy liền động lòng thương. Ông lại gần, lấy dầu và rượu đổ vào vết thương, băng bó lại, rồi đặt người ấy lên lưng lừa mình, đưa đến quán trọ và săn sóc. Hôm sau, ông lấy hai đồng bạc đưa cho chủ quán trọ và nói: "Xin ông săn sóc người ấy, khi trở về, tôi sẽ hoàn lại cho ông mọi chi phí phát sinh ". "Theo ông, trong ba người này, ai là người lân cận với người đã rơi vào tay bọn cướp?" Người thông luật đáp: "Chính là người đã thương xót người ấy ." Đức Giêsu bảo ông: "Ông hãy đi và làm như vậy" (Lc 10: 25-37).

Chúa Giêsu dạy chúng ta yêu mến Thiên Chúa và tha nhân. Điều răn quan trọng nhất là yêu mến Thiên Chúa và tha nhân. Đây là điều kiện để được hưởng sự sống đời đời. Chúa Giêsu cũng dạy chúng ta tha thứ cho kẻ thù và cầu nguyện cho họ. Điều răn yêu thương không loại trừ bất kỳ ai nhưng bao gồm tất cả mọi người. Tất cả mọi người cần yêu thương nhau. Tất cả mọi người cần yêu thương tất cả mọi người, kể cả kẻ thù. Chúa Giêsu nói: "Thầy nói với anh em là những người đang nghe Thầy đây: hãy yêu kẻ thù và làm ơn cho kẻ ghét anh em." (Lc 6:27). Trong mối quan hệ yêu thương, không có sự loại trừ kẻ thù. Tình yêu bao gồm cả kẻ thù.

Người Sa-ma-ri và người Do Thái không có điểm chung. Họ không trò chuyện hay giúp đỡ lẫn nhau. Nhưng người Sa-ma-ri trong dụ ngôn này đã bỏ qua văn hóa bất hòa và xung đột này. Ông đã dừng cuộc hành trình để giúp đỡ một người Do Thái bị cướp, bị đánh đập và bị bỏ lại bên đường trong tình trạng dở sống dở chết. Ông đã chăm sóc người bị thương một cách tốt nhất có thể. Ông băng bó, đổ dầu và rượu lên vết thương, rồi đưa người đó đến trạm xá, ở lại với người đó một ngày, trả tiền viện phí, rồi ngày hôm sau quay lại để trả tất cả chi phí phát sinh.

Người Do Thái bị thương không phải là hàng xóm của người Samari này. Nhưng người Samari đã giúp đỡ anh ta bằng sự quan tâm và tình yêu thương. Người Samari đã tự biến mình thành hàng xóm của người Do Thái này. Hai người Do Thái kia (Thầy Tư tế và người Lê-vi) đã quản ngại và từ chối giúp đỡ người bị thương này. Cả ba người đều rất bận rộn vi họ đang trên đường đi làm ăn. Nhưng người Samari đã chinh phục khó khăn và đã dừng lại để cứu người Do Thái bị thương đang nằm dở sống dở chết trên đường.

Để người Sa-ma-ri làm như vậy, ông đã khơi dậy cảm xúc tự nhiên của con người, đó là lòng trắc ẩn. Ông đã thương xót người bị thương mặc dù người này là kẻ thù. Sự bất hòa và xung đột được cho là sẽ ngăn cản ông làm điều này, nhưng ông đã gạt bỏ sự bất hòa và xung đột này. Người Sa-ma-ri đã đối xử với người Do Thái bị thương như một trong những người hàng xóm của mình, người bạn thân nhất của mình. Trên thực tế, người bị thương không biết bất cứ điều gì đang xảy ra vì anh ta gần như chết. Người Do Thái bị thương không thay đổi bất cứ điều gì. Nhưng người Sa-ma-ri đã thay đổi bản thân hoàn toàn. Ông đã trở thành người hàng xóm của người Do Thái bị thương. Do đó, hỏi: "Ai là người hàng xóm của tôi?" là chưa đủ, nhưng tốt hơn là nên hỏi: "Tôi có phải là người hàng xóm của tất cả mọi người, kể cả kẻ thù của tôi không"?

Tôi cần trở thành người lân cận của mọi người. Tôi không nên chờ đợi mọi người trở thành người lân cận của tôi, nhưng tôi phải là người đầu tiên trở thành người lân cận. Có phải tất cả mọi người đều là người lân cận của tôi không? Có phải kẻ thù cũng là người lân cận của tôi không? Không phải tất cả mọi người đều là người lân cận của tôi ngay bây giờ. Nhưng nếu tôi trở thành người lân cận, thì mọi người sẽ trở nên lân cận của tôi. Nếu tôi trở thành người lân cận của kẻ thù của mình, thì họ sẽ trở thành người lân cận của tôi. Khi tôi trở thành người lân cận của tất cả mọi người, kể cả kẻ thù của tôi, những người mà tôi không thích giao du, thì tôi dễ dàng tha thứ và yêu thương họ hơn. "Bổn phận trở thành người lân cận với người khác và tích cực phục vụ họ trở nên cấp bách hơn khi liên quan đến những người thiệt thòi, bất kể đó là lĩnh vực nào" (GLCG 1932).

Một số người có thể ghét người khác đến mức coi họ là kẻ thù. Nhưng đối với nhiều người trong chúng ta, từ "kẻ thù" là một sự phóng đại. Trong các mối quan hệ, đôi khi chúng ta bất hòa với người khác và cãi vã, tranh luận, bất đồng hoặc gây hấn với nhau. Một bài học từ dụ ngôn người Samari nhân hậu là tôi không cần phải chờ đợi người khác làm hòa, mà tôi phải là người đầu tiên làm hòa. Trước tiên, tôi biến mình thành người lân cận của người khác, rồi sự hòa giải, hòa bình và tình yêu sẽ đến.

Người lạ nên trở thành hàng xóm và nô lệ trở thành anh em. Nguyên tắc cơ bản của cuộc sống là con người nên xóa bỏ bức tường và bất kỳ rào cản nào có thể ngăn cách họ về mặt giai cấp. Không nên có nô lệ hay người lạ nữa, như Thánh Phaolô nói: "Không còn Do Thái hay Hy Lạp, không còn nô lệ hay tự do, không còn nam hay nữ; vì tất cả anh em đều là một trong Chúa Kitô Giêsu" (Gal 3:28). Những người lạ như người nhập cư được chào đón và được người bản xứ nhận làm con nuôi. Nô lệ được chủ nhân nhận làm con nuôi và giờ đây họ được coi là anh em của chính mình trong Chúa Kitô. Anh em trong Chúa Kitô có nghĩa là sự tha thứ, tôn trọng và yêu thương dưới ân sủng của Chúa Kitô là nguồn gốc và nền tảng của mối quan hệ mới. Thánh Phaolô thúc giục Philemon tiếp nhận Onesimus không phải như một nô lệ, nhưng như một người anh em: "Tôi, Phaolô, một người già, và bây giờ là tù nhân vì Chúa Kitô Giêsu, khuyên nhủ anh thay cho con tôi là Onesimus, người mà tôi đã trở thành cha trong cảnh tù đày; tôi gửi anh ấy, nghĩa là chính trái tim tôi, trở về với anh. Tôi muốn giữ anh ấy lại cho tôi, để anh ấy có thể phục vụ tôi thay anh trong cảnh tù đày vì Tin Mừng. Nhưng tôi không muốn làm gì mà không có sự đồng ý của anh, để việc tốt anh làm không phải là bị ép buộc, mà là tự nguyện. Có lẽ vì lý do này mà anh ấy đã xa anh một thời gian, để anh có thể có lại anh ấy mãi mãi, không còn là một nô lệ nữa, nhưng hơn cả một nô lệ, một người anh em, được tôi yêu mến nhất, nhưng thậm chí còn được anh yêu mến hơn, như một người anh em trong Chúa. Vậy nếu anh coi tôi là bạn đồng hành, hãy tiếp đón anh ấy như anh đã tiếp đón chính tôi" (Philemon 1 : 9-10, 12-17). Đừng để sự thù hận, thù địch hoặc ghen ghét ngăn cản chúng ta biến đổi bản thân thành những người hàng xóm và lân cận; khi đó chúng ta sẽ có thể có lòng trắc ẩn và tình yêu trọn vẹn đối với tất cả người khác.

LỜI KẾT

Có thể có nhiều cách khác nhau để tìm thấy hạnh phúc. Rõ ràng, tiền bạc là một yếu tố quan trọng; tuy nhiên, hạnh phúc không phải lúc nào cũng đến từ sự giàu có. Ngược lại, nhiều người nghèo cũng có thể tìm thấy hạnh phúc. Chúng tôi muốn cam kết mang lại hạnh phúc cho cả người giàu lẫn người nghèo. Yếu tố đảm bảo hạnh phúc cho cả người giàu và người nghèo chính là sự trưởng thành của con người đạt được thông qua việc thực hành các đức tính và các nguyên tắc phát triển khác.

Ở một số tiểu bang và quốc gia, có rất nhiều vấn đề liên quan đến các yếu tố xã hội và kinh tế gây ra bất hạnh như ma túy, phá hoại, băng đảng, và cuộc sống vô gia cư, v.v. Những người theo chủ nghĩa xã hội và chính trị gia đã cố gắng giải quyết những vấn đề này nhưng không thành công vì họ chỉ muốn giải quyết vấn đề từ góc độ tài chính mà không đề cập đến giáo dục. Tất cả những vấn đề nhân văn này đều xuất phát từ việc thiếu giáo dục trong việc hình thành nhân cách. Khi con người được hình thành tốt, họ sẽ hạnh phúc và tránh xa những nguyên nhân gây bất hạnh như ma túy, vô gia cư, phá hoại, hay băng đảng.

Một câu chuyện trong Kinh Thánh: “Một người phụ nữ giữa đám đông cất tiếng khen ngợi: “Hạnh phúc thay mẹ anh, vì đã cưu mang và cho anh bú mớm.” Nhưng Chúa Giê-su đáp: “Phúc thay những ai lắng nghe và thực hành lời Thiên Chúa” (Lc 11,17). Ai cũng mong muốn tìm thấy hạnh phúc. Nhưng đối với người Kitô hữu, hạnh phúc chỉ có được khi sống theo lời Chúa. Đức hạnh là những lời dạy của Thiên Chúa. Vì vậy, người Kitô hữu cần thực hành các đức hạnh để tìm thấy hạnh phúc đích thực. Đối với người ngoài Kitô giáo, việc thực hành các điều răn của tôn giáo mình chắc chắn sẽ giúp họ đạt được hạnh phúc.

Sau khi đọc cuốn sách này, bạn có đồng ý rằng mình có thể tìm thấy hạnh phúc đích thực không? Hãy dành thời gian và kiên trì thực hành những công cụ được đề xuất trong cuốn sách này để trở thành một con người hoàn thiện, rồi bạn sẽ đạt được hạnh phúc đích thực.

Cuốn Sách Này Cũng Được Xuất Bản Bằng Các Ngôn Ngữ Khác:

- Anh Ngữ: **Search For True Happiness**
- Pháp Ngữ: À La Recherche Du Vrai Bonheur
- Tiếng Ý: **RICERCA DELLA VERA FELICITÀ**
- Đức Ngữ: SUCHE NACH WAHREM GLÜCK
- Tây Ban Nha: **BÚSQUEDA DE LA VERDADERA FELICIDAD**

Sách Xuất Bản Do Cùng Một Tác Giả:

- A Church of Hope (2005)
- Multicultural Theology and New Evangelization (2014)

www.ingramcontent.com/pod-product-compliance
Lightning Source LLC
LaVergne TN
LVHW040424051026
849517LV00002B/456

* 9 7 9 8 3 4 9 6 6 4 1 4 4 *